VVITO

૫૦૦૦ ના રોકાંણ થી ૧૦૦ કરોડ શુદ્ધિની યાત્રા

BHARATT GAREJAA

BlueRose ONE.com
Stories Matter
NewDelhi • London

BLUEROSE PUBLISHERS
India | U.K.

Copyright © Bharatt Garejaa 2025

All rights reserved by author. No part of this publication may be reproduced, stored in a retrieval system or transmitted in any form or by any means, electronic, mechanical, photocopying, recording or otherwise, without the prior permission of the author. Although every precaution has been taken to verify the accuracy of the information contained herein, the publisher assumes no responsibility for any errors or omissions. No liability is assumed for damages that may result from the use of information contained within.

BlueRose Publishers takes no responsibility for any damages, losses, or liabilities that may arise from the use or misuse of the information, products, or services provided in this publication.

For permissions requests or inquiries regarding this publication, please contact:

BLUEROSE PUBLISHERS
www.BlueRoseONE.com
info@bluerosepublishers.com
+91 8882 898 898
+4407342408967

ISBN: 978-93-6783-530-2

Cover design: Shivam
Typesetting: Namrata Saini

First Edition: January 2025

|| ધ્યેય ||

ધ્યેય એ તમારા જીવનના પાયાનો પેલો પત્થર છે.

શિસ્ત અને ધ્યેય

તમારા માટે એક સ્પષ્ટ ધ્યેય બનાવવો અને દરરોજ શિસ્તબધ્ધ રીતે તેમની તરફ કાર્ય કરો. શિસ્તની આ ક્ષમતા તમારી સફળતાને સુનિશ્ચિત કરે છે, જે બીજુ કોઈ જ નહીં કરી શકે. જીવનમાં અર્થપૂર્ણ વસ્તુ હાંસલ કરવા માટે એક સ્પષ્ટ ધ્યેય હોવો જરૂરી છે. કદાચ તમે આ વાત સાંભળી હશે. **"જે વસ્તુ તમે જોય શકતા નથી, તેના પર તમે તીર મારી શકતાં નથી."**

જો તમે એ જાણતા જ નથી કે તમારે ક્યાં જવુ છે. તો કોઈ પણ રસ્તો તમને ક્યાંક લઈ જશે, પરંતુ તે તમારું ગંતવ્ય નહીં હોય.

જો તમે તમારું નિશાન સ્પષ્ટપણે જોઈ શકતા નથી અથવા તેના પર ધ્યાન કેન્દ્રિત કરતા નથી, તો તમે તે નિશાન ચૂકી જશો.

જીવનના દરેક ક્ષેત્રમાં તમે શું ઇચ્છો છો, તે નકકી કરવાથી તમારૂ જીવન બદલાઈ શકે છે.

૩%નો નિયમ :-

માત્ર ૩% લોકોની પાસે તેમના ધ્યેય અને યોજનાઓ લખેલી હોય છે. અને તે જ લોકો જીવનમાં મહાન સફળતા હાંસલ કરે છે.

એક નોંધપાત્ર વાસ્તવિકતા એવી છે કે, આ ૩% લોકો એટલુ કમાય છે, જે બાકીના ૯૭% લોકો મળીને પણ નથી કમાઈ શક્તાં.

એવું કેમ છે? કારણ ખુબ જ સ્પષ્ટ છે. જો તમારી પાસે એક સ્પષ્ટ ધ્યેય અને તે પ્રાપ્ત કરવાની યોજના છે, તો તમારી પાસે એક ચોક્કસ માર્ગ છે, જે પર તમારે દોડવાનું છે. ત્યારે તમે અવરોધો અને પ્રલોભનોના કારણે માર્ગ બદલતા નથી.

જ્યારે તમારી પાસે નિશ્ચિત ધ્યેય હોય છે. ત્યારે તમે ભટકતા નથી કે બીજી દિશામાં જતાં નથી. તમે સીધી રેખા પર કેન્દ્રિત રહો છો અને જયાં છો ત્યાંથી તમારા ધ્યેય સુધી પહોચવા સીધો રસ્તો અપનાવો છો આજ કારણ છે કે જેઓ પોતાના ધ્યેયો લખે છે, એ લોકો ધ્યેયવિહીન લોકોથી વધારે સફળતા મેળવે છે.

દુઃખની વાત એ છે કે મોટા ભાગના લોકો ભ્રમમાં જીવે છે કે, તેમની પાસે ધ્યેય છે, પરંતુ હકીકતમાં તે માત્ર ઇરાદાઓ જ છે. યાદ રાખો, માત્ર ઇરાદાઓ રાખવાથી સફળતા મળતી નથી. ઇરાદાની વ્યાખ્યા કંઈક આવી બને તમે હેલીકોપ્ટરમાં બેઠા છો, પણ કમનશીબે તેમાં પંખા જ નથી! આ એક એવો ધ્યેય છે કે જેની પાછળ કોઈ શકિત નથી.

જેઓ પોતાના ધ્યેયો લખતાં નથી અને યોજનાઓમાં બદલાતાં નથી, તેઓ ''દારૂખાના વગરની કારતુસ'' જેવા છે. અલિખિત ધ્યેય રાખનાર લોકો ખાલી કારતુસ ચલાવતાં ચલાવતાં જીંદગી વિતાવી દે છે. કારણ કે, આ લોકો ભ્રમમાં હોય છે કે, તેમની પાસે પહેલેથી જ ધ્યેય છે. એટલા માટે તેઓ ધ્યેય નિશ્ચિત કરવામાં અનુશાસન કરતાં નથી, જે સફળતા માટે મહત્વના છે.

યુએસએ ટૂડે એ એક અભ્યાસ વિશે લેખ પ્રકાશીત કર્યો એમાં સંશોધિતઓએ નવા વર્ષ સંકલ્પ કરનાર લોકોને બે શ્રેણીમાં વિભાજીત કર્યા: એક જેઓએ તેમના સંકલ્પ લખ્યા હતા.અને બીજા જેઓએ ફક્ત મૌખિક સંકલ્પ કર્યા, પણ લખ્યા ન હતા.

એક વર્ષ પછી ફરીથી તે લોકો પર સર્વે કર્યો, અને જે પરિણામો મળ્યા તે ખુબ જ આશ્ચર્યજનક હતા. જે લોકોએ નવા વર્ષમાં સંકલ્પ કર્યો હતો પણ તેને લખ્યો ન હતો, તેમાંથી ફક્ત ૧% લોકો જ પોતાના સંકલ્પમાં સફળ રહ્યા. પરંતુ, જે લોકોએ પોતાના સંકલ્પને લખ્યાં હતા, તેઓ 1% લોકોની તુલનામાં 100% વધુ સફળ રહ્યા. આના પાછળનું કારણ ખૂબ જ નાનું અને સરળ હતુંઃ ધ્યેયને કાગળ પર સરળ સ્વરૂપમાં ઉતારવું.

લખાણમાં અનુશાસન :-

તમે ઈતિહાસના પાનાઓ ઉથલાવીને જુઓ તો આવા હજારો દાખલા તમને મળી રહેશે. જે લોકોના લેખનમાં અનુશાસન હોય છે અને તેને પ્રાપ્ત કરવાની યોજના બનાવે છે અને દરરોજ તેના પર કામ કરે છે. તેમની ધ્યેય પ્રાપ્ત કરવાની સંભાવના હજાર ગણી વધી જાય છે.

પરંતુ, તેનો અર્થ એવો નથી કે ધ્યેયને ફક્ત કાગળ પર લખવાથી જ સફળ થવાની ગેરેંટી મળી જાય છે. તેનાથી તો માત્ર સફળ થવાની સંભાવનામાં વધારો થાય છે અને આ સંભાવનાનો લાભ દરેક વ્યક્તિએ લેવો જોઈએ, કારણ કે લખવામાં કોઈ ખર્ચ કે નુકસાન નથી.

લેખન એ એક સાયકો-ન્યુરોન મટિરીયલ એક્ટિવીટી છે. જ્યારે તમે તમારું ધ્યેય લખો છો, ત્યારે આપણે લખતી વખતે વિચારવામાં અને ધ્યાન કેન્દ્રિત કરવા વિવશ થઈ જઈએ છીએ કે આપણા ભવિષ્ય માટે શું વધારે મહત્વનું છે. તેના ફળ સ્વરૂપે જ્યારે પણ તમે તમારો ધ્યેય લખો છો, ત્યારે અવચેતન મનમાં એની છાપ રહી જાય છે. એના પછી તમારું અવચેતન મન દરરોજ ચોવીસ કલાક એને સાકાર કરવામાં લાગી જાય છે.

ધ્યેય લખવાની અને ન લખવાની વચ્ચે ફરક માત્ર એટલો જ છે કે કાં તમે તમારા ધ્યેયને પ્રાપ્ત કરી લેશો અને કાં તમે બીજાને તેના ધ્યેય સુધી પહોંચાડવા કામ કરતા રહી જશો.

તમે કોના માટે કામ કરવા માંગો છો?

તમે કોના માટે કામ કરવા માંગો છો, તે હવે તમારે નક્કી કરવાનું રહ્યું. :-

આપણા મગજમાં સફળતા અને નિષ્ફળતા બંનેના પ્રોગ્રામ હોય છે. નિષ્ફળતાનો પ્રોગ્રામ ઘણીવાર અનુશાસન વગરના માર્ગ પર ચાલવાનું

પ્રલોભન આપે છે. એ માર્ગ પર ચાલવાની લાલચ આપે છે. તે મુશ્કેલ અને જરૂરી કાર્યની જગ્યાએ આનંદદાયક અને સહેલું કાર્ય કરવા પ્રેરીત કરે છે. નિષ્ફળતાનો આ કાર્યક્રમ આપણા જીવનમાં આપમેળે સક્રિય રહે છે. આ જ કારણ છે કે મોટાભાગના લોકો પોતાના વ્યક્તિગત ધ્યેયને પ્રાપ્ત કરી શક્તા નથી.

ધ્યેય નક્કી કરવું ખૂબ જ મહત્વપૂર્ણ છે, કારણ કે તમારી નિષ્ફળતાનો કાર્યક્રમ આપમેળે સક્રિય રહે છે. પરંતુ સફળતા માટે કાર્યક્રમ યોજનાને પ્રેરીત કરવી જરૂરી છે. કેમકે જેવો તમે ધ્યેય નક્કી કરો છો, તેવો જ તમારી નિષ્ફળતાનો કાર્યક્રમ બંધ થઈ જાય છે અને તમારી સફળતાનો કાર્યક્રમ ચાલુ થઈ જાય છે. એટલે કે ધ્યેય નક્કી કરીને તમે તમારા જીવનની દિશા બદલી શકો છો. પછી તમે પંખા વગરના હેલીકોપ્ટરમાં નહી બેઠા હોય, જે ક્યારેય ઉડવાનું જ ન હતું.

ધ્યેય લખવાનાં ઘણાં બધાં ફાયદાઓ છે. તેમાં તમે ઝીણવટથી જોઈ શકો છો, તેમાં ઉડાણપૂર્વક વિચારી શકો છો અને તેમાં સુધારા-વધારા પણ કરી શકો છો. માણસ એક ઉદ્દેશ્યપૂર્ણ પ્રાણી છે. જેનો અર્થ એ છે, કે આપણે જીવનમાં ધ્યેય કે ઉદ્દેશ્યથી પ્રેરીત થઈએ છીએ. તેથી, જ્યારે તમારી પાસે કોઈ સ્પષ્ટ ધ્યેય હોય છે અને તેને પામવા માટે તમે તે દિશામાં દરરોજ કામ કરો છો, ત્યારે તમે ખુશ રહો છો અને તમારા જીવનમાં નિયંત્રણ અનુભવો છો. આનો અર્થ એ થાય છે કે જીવનભરના ધ્યેય નક્કી કરવા ખૂબ જ મહત્ત્વપૂર્ણ અનુશાસન છે.

પ્રકૃતિની તરફ જૂઓ :-

પાળેલું કબૂતર એક અદ્ભૂત પક્ષી છે. તેનામાં અદ્વિતીય ક્ષમતા હોય છે કે તમે તેના નિવાસસ્થાનથી ગમે તેટલું દૂર લઈ જાઓ, તે ફરીથી ઉડીને પોતાના ઘરે પાછું આવી જાય છે. તમે તેને પાંજરામાં પૂરી દો, હજારો કિલોમીટર દૂર છોડી દો, તે ઉડવા લાગે છે અને બે-ચાર વખત પરિક્રમા કરે છે, પછી તે

કોઈપણ ભૂલ કર્યા વગર હજારો કિલોમીટર દૂર તેના ઘર તરફ ઉડવા લાગે છે. દુનિયામાં આ એક જ પક્ષી એવું છે, કે જેનામાં આ ક્ષમતા છે. સિવાય કે માણસ.

ધ્યેય સુધી પહોંચવાની આ ક્ષમતા તમારામાં પણ છે. બસ ફક્ત એક મહત્ત્વપૂર્ણ તફાવત છે. કબૂતર જાણે છે કે તેનું ઘર કઈ દિશામાં છે અને તે એ જગ્યાએ પહોંચવાની ક્ષમતા ધરાવે છે. તેનાથી વિપરીત, જ્યારે મનુષ્ય પોતાના મનમાં ધ્યેય નક્કી કરે છે, ત્યારે પણ શરૂ કર્યા પહેલા તેને એ જાણવાની જરૂર નથી હોતી કે તે કયાં જશે અને ધ્યેય કેવી રીતે પ્રાપ્ત કરશે, પરંતુ કોઈ અદ્વિતીય ચમત્કારીક ક્ષમતાથી તે કોઈ પણ ભૂલ કર્યા વગર તેના ધ્યેય તરફ આગળ વધવા લાગે છે. અને ધ્યેય પણ તેની તરફ આગળ વધવા લાગે છે.

આ આશ્ચર્યજનક હોવા છતાં પણ ઘણા લોકો ધ્યેય નક્કી કરવામાં અચકાય છે. તેઓ કહે છે, "મારે આર્થિક રીતે સ્વતંત્ર થવું છે, પરંતુ મને ખબર નથી કે ત્યાં હું કેવી રીતે પહોંચીશ." એટલા માટે આર્થિક સફળતા નક્કી કરી શક્તા નથી. સારા સમાચાર એ છે કે, તમારે તે જાણવાની પણ જરૂર નથી કે તમે ત્યાં કેવી રીતે પહોંચશો. તમારે ફક્ત એ નક્કી કરવાનું છે કે તમારે શું મેળવવું છે. ત્યારબાદ તમારો મગજ, ધ્યેયનિર્ધારિત યંત્ર, કાંઈ પણ કર્યા વગર તમારા ધ્યેય તરફ પહોંચવાનો રસ્તો બતાવી દેશે.

ઉદાહરણ તરીકે, તમે નક્કી કરો છો કે તમારે એવી નોકરી મેળવવી છે કે જ્યાં તમે સારા લોકો સાથે કામ કરો, જે તમને પસંદ હોય અને જેઓનું તમે સન્માન કરો અથવા ત્યાં તમે એવું કામ કરો જે પડકારજનક અને આનંદદાયક હોય. તમે તમારું સરળ વિવરણ લખો અને તેનું આદર્શ પદ અને ઓફિસ કેવી હશે એના પછી નોકરી શોધવાનું ચાલુ કરો.

અમુક જગ્યાઓ પર ઈન્ટરવ્યુ દીધા બાદ, તમે ઘણીવાર સાચા સમયે સાચી જગ્યાએ પહોંચી જશો અને પોતાને યોગ્ય કંપનીમાં યોગ્ય પદ પર પામશો. લગભગ દરેક વ્યક્તિને ક્યારેકને ક્યારેક આ અનુભવ થાય છે. આવું તમે

સંયોગથી નહી, પરંતુ ઈરાદાપૂર્વક પણ કરી શકો છો. જો તમે સ્પષ્ટ રીતે જાણતા હોવ કે તમારે ખરેખર શું જોઈએ છે.

ધ્યેય પ્રાપ્તિના સાત પગલાઓ

પગલું- ૧ :-

એ નક્કી કરો કે હકીકતમાં તમારે શું જોઈએ છે. સંપૂર્ણ સ્પષ્ટ રહેજો કે તમારી આવક વધારવા માંગતા હોય તો સ્પષ્ટ રકમ પણ નક્કી કરો. ફક્ત વધારે પૈસા કમાવાનો ધ્યેય ન રાખો.

પગલું-૨ :-

તેને લખી લો. અલિખીત ધ્યેય પંખા વગરના હેલીકોપ્ટર જેવું હોય છે કે જે ક્યારેય ઉડી શકતું નથી. તેમાં કોઈ શક્તિ નથી હોતી. બીજી તરફ લિખીત ધ્યેય તમે જોઈ શકો છો, વાંચી શકો છો અને જરૂર પડે ત્યારે તેમા સુધારા-વધારા પણ કરી શકો છો.

પગલું- 3:-

ધ્યેય પ્રાપ્ત કરવાની સમયમર્યાદા નક્કી કરો. એક સમય અવધિ નક્કી કરો અને લખી લો કે તમે કઈ તારીખ સુધીમાં તે ધ્યેય પ્રાપ્ત કરવા માંગો છો. જો ધ્યેય મોટું છે, તો સમયમર્યાદા નક્કી કર્યા બાદ ધ્યેયને નાના– નાના વિભાગોમાં વહેંચી નાખો. આજે તમે જ્યાં છો અને ભવિષ્યમાં તમે જ્યાં પહોંચવા માંગો છો, તેની વચ્ચે નાની-નાની સમયમર્યાદાઓ નક્કી કરો. આ સમયમર્યાદા તમારા મગજને ધ્યેય પ્રાપ્ત કરવા વિવશ બનાવે છે. તમે જોયું હશે કે સ્પષ્ટ સમયમર્યાદામાં આપણે ઘણીવખત વધુ કાર્યશક્તિથી કામ કરતા હોઈએ છીએ. એ જ તમારા અચેતન મનની સાથે પણ થાય છે. જ્યારે તમે નક્કી કરો છો કે તમારે કોઈ નિશ્ચિત સમયમર્યાદામાં ધ્યેય પ્રાપ્ત

કરવાનો છે, ત્યારે તે પણ (અવચેતન મન) વધારે ઝડપથી અને કુશળતાથી કામ કરવા લાગશે.

નિયમ એ છે કે ધ્યેય કદી અવાસ્તવિક નથી હોતા. જે અવાસ્તવિક છે, તે કેવળ સમયમર્યાદા હોય છે.

જો તમે સમયમર્યાદામાં ધ્યેય પ્રાપ્ત કરી શક્તા નથી, તો શું કરશો? સરળ છે, બીજી સમયમર્યાદા નક્કી કરો. સમયમર્યાદા એ એક અનુમાન છે. ઘણીવખત તમે સમયમર્યાદા પહેલા ધ્યેય પ્રાપ્ત કરી લેશો, અને ઘણીવખત સમયમર્યાદા સુધીમાં અને કેટલાક કિસ્સાઓમાં સમયમર્યાદા પછી.

તમારા બધાં ધ્યેયો પરિસ્થિતીની પૃષ્ઠભૂમિમાં સાકાર થાય છે, કારણ કે પરિસ્થિતિઓ સતત બદલાતી રહે છે આથી, ઘણીવખત તમારે સમયમર્યાદામાં ફેરફારો કરવા પડે છે.

પગલું ૪ :-

ધ્યેય પ્રાપ્ત કરવા માટે જેની તમારે જરૂર પડશે તેવી દરેક વસ્તુની યાદી બનાવી લો. હેનરી ફોર્ડે કહ્યું હતું, "મોટામાં મોટું ધ્યેય પણ પ્રાપ્ત કરી શકાય, જો તમે તેને નાના-નાના ધ્યેયોમાં વિભાજીત કરી લો."

ધ્યેય પ્રાપ્ત કરવા માટે તમારે કઈ કઈ અંદરની અને બહારની મુશ્કેલીઓ અને બાધાઓનો સામનો કરવો પડશે તેની યાદી બનાવો. ધ્યેય પ્રાપ્ત કરવા માટે તમારે કેવા જ્ઞાન અને યોગ્યતાઓની જરૂર પડશે તેની યાદી બનાવો.

ધ્યેય પ્રાપ્ત કરવા માટે તમારે કોની મદદ અને સમર્થનની જરૂરી પડશે તેની યાદી બનાવો.

ધ્યેય પ્રાપ્ત કરવા માટે તમારે શું શું કરવું પડશે, તે દરેક કામની યાદી બનાવી લો. પછી મગજમાં આવતા નવા કાર્યો અને જવાબદારીઓને પણ જોડતા જાઓ. ત્યાં સુધી લખતા રહો, જ્યાં સુધી યાદી પૂર્ણ ન થાય.

પગલું ૫ :-

ક્રમ અને પ્રાથમિક્તાના આધાર પર યાદીને જમા કરો. ક્રમબધ્ધ યાદી બનાવવા માટે એ નિર્ણય લેવો જરૂરી છે કે, સૌથી પહેલા કયું કાર્ય કરવું છે, બીજા નંબર પર કયું કાર્ય કરવુ છે અને એના પછી કયું. બીજી બાજુ પ્રાથમિકતાના આધાર પર તમે એ નકકી કરી શકો છો કે કયું કાર્ય વધારે મહ્ત્વનું છે અને કયું કાર્ય ઓછુ મહ્ત્વનું છે.

ઘણીવાર ક્રમ અને પ્રાથમિકતા સમાન હોય છે, પરંતુ હમેશા એવું હોતુ નથી. ઉદાહરણ તરીકે, જો તમે કોઈ વિશેષ ધંધો શરૂ કરવા માંગો છો, તો ક્રમ મુજબ તમારું સૌપ્રથમ કામ કોઈ સબંધિત પુસ્તક ખરીદવું કે કોર્સ કરવાનું હોઈ શકે છે.

પરંતુ તમારા માટે સૌથી મહ્ત્વ પુર્ણ બાબત એ છે કે તમે સંપૂર્ણ સટિક સંશોધન પર આધારીત બીઝનેશ પ્લાન કરો, અને તેનો યોગ્ય ઉપયોગ કરીને તમે જરૂરીયાત મુજબના સાધનો મેળવી શકો અને તમારો મનપસંદ વ્યવસાય શરૂ કરી શકો.

પગલુ /માર્ગ - ૬ :-

તમારી યોજના પર તાત્કાલિક કાર્ય શરૂ કરો, પહેલુ કાર્ય કરો, બીજુ કરો અને પછી ત્રીજુ. ચાલતા રહો, લાગ્યા રહો, ઝડપથી કાર્ય કરો અને મોડુ ન કરો, યાદ રાખો, ટાળ્યા રાખવુ એ સમયની બરબાદી નથી પણ જીવનની બરબાદી છે.

જીવનમાં સફળ અને અસફળ વ્યકિત વચ્ચે માત્ર એટલો જ ફરક હોય છે કે સફળ વ્યકિત પહેલુ પગલું ઉઠાવી લે છે, તેનું કાર્ય કેન્દ્રિત હોય છે. કહેવત છે ને કે "સાહસ ત્યાં જઈ શકે છે, જ્યાં માણસ કયારેય નથી ગયો" સફળ લોકો કોઈપણ પ્રકારની ગેરન્ટી વગર કાર્ય કરવા તૈયાર હોય છે. તેઓ

અસફળતા અને નિરાશાથી ડરતા નથી, તે હમેશા કાર્ય કરવા માટે તૈયાર હોય છે.

પગલુ માર્ગ - ૭ :-

દરરોજ કોઈ એવુ કાર્ય કરો કે જે તમને તમારા મુખ્ય ધ્યેય તરફ લઈ જાય, એ સફળતા નકકી કરવા માટે ખૂબ જ મહત્વપૂર્ણ છે. કંઈક ને કંઈક કાર્ય કરતા રહો, અઠવાડિયામાં સાત દિવસ, દર વર્ષના ૩૬૫ દિવસ કોઈપણ એવુ કામ કરો કે જે તમને તમારા ધ્યેયની નજીક લઈ જાય.

જયારે તમે દરરોજ તમારા ધ્યેયની દિશામાં કામ કરો છો, ત્યારે તમે લયમાં આવો છો. સતત આગળ વધતા રહેવાની લય અને ગતિ તમને પ્રેરણા આપે છે. પ્રોત્સાહન આપે છે અને ઉર્જા આવે છે. જયારે લય બની જાય છે, ત્યારે ધ્યેયની દિશામાં કામ કરવાનું આસાન બની જાય છે.

થોડા જ સમયમાં તમારામાં ધ્યેય નકકી કરવા અને પ્રાપ્ત કરવા માટેનું અનુશાસન આવી જશે. થોડા જ સમયમાં તે કાર્ય આસાન અને સ્વસંચાલિત થઈ જશે. તમે દરરોજ તમારા ધ્યેયની દિશામાં કામ કરવાની આદત અને અનુશાસન બનાવી લેશો.

દસ લક્ષ્યોનો અભ્યાસ :-

એક કોરા કાગળ લઈને તેના સૌથી ઉપર "ધ્યેય" લખીને આજની તારીખ લખો. પછી દસ ધ્યેય લખો, જેને તમે આવનારા દસ દિવસોમાં પ્રાપ્ત કરવા માંગતા હોય, આર્થિક, પારિવારિક અને સ્વાસ્થ્ય સબંધી ધ્યેય લખવાની સાથે મકાન/ ઘર અથવા કાર/ગાડી જેવી વ્યકિતગત સંપતિઓના ધ્યેય પણ લખો.

એ વિષયની ચિંતા ન કરો કે તમે એ ધ્યેય કેવી રીતે પ્રાપ્ત કરશો, તમે બસ તેને ફટાફટ લખી લો, તમે ઈચ્છો તો પંદર ધ્યેય પણ લખી શકો છો, પરંતુ

ઓછામાં ઓછા દસ ધ્યેય લખવા ફરજીયાત છે. એને ત્રણથી પાંચ મિનિટની અંદર લખી લો.

એક ધ્યેય નકકી કરી લો.

દસ ધ્યેય લખ્યા પછી કલ્પના કરો કે તમે દસેય ધ્યેય પ્રાપ્ત કરી શકો છો, જો તમારામાં પ્રબળ ઈચ્છા હોય અને તે ઈચ્છા લાંબા સમય સુધી મજબુત રહે અને એ પણ કલ્પના કરો કે તમારી પાસે "જાદુની છડી" છે, જેને લહેરાવીને તમે ચોવીસ કલાકમાં તમારી યાદીમાંથી એક લક્ષ્ય પ્રાપ્ત કરી શકો છો.

જો તમે તમારી યાદીમાંથી એક પણ ધ્યેયને ચોવીસ કલાકમાં મેળવી શકો છો તો કયો ધ્યેય તમારા જીવનમાં સૌથી વધારે ફાયદો લાવશે? કયું એવું ધ્યેય છે જે તમારા બાકીના બધા જ ધ્યેયની તુલનામાં તમારા જીવનમાં બદલાવ લાવશે, અથવા સારુ બનાવશે? કયું એક ધ્યેય બાકીના ધ્યેયને પ્રાપ્ત કરવામાં વધારે મદદ રૂપબનશે?

આ પ્રશ્નોના જવાબ જે કાંઈ પણ હોય, એ ધ્યેય પર ગોળાકારથી નિશાની કરી રાખો, આ ધ્યેય તમારો મૂખ્ય નિશ્ચિત ધ્યેય છે. આ ધ્યેય તમારા કેન્દ્રબિંદુ અને તમારા ભાવિ ગતિવિધિયોનું વ્યવસ્થાપક છે.

યોજના બનાવો :-

તમારા ધ્યેયને સ્પષ્ટતાથી લખો અને તેની પ્રગતિના માપદંડ બનાવી લો, તમારી તમામ માનસિક શકિતઓને ધ્યેય પર કેન્દ્રિત કરવા માટે તમારા અવચેતન મનમાં સમયમર્યાદા હોવી જરૂરી છે. દરેક એ ચીજની યાદી બનાવો કે જે તમે તમારા ધ્યેય પ્રાપ્ત કરવા માટે કરી શકો છો, મહત્વ અને પ્રાથમિકતાના આધાર પર આ યાદીનો ક્રમ વ્યવસ્થિત ગોઠવો. તમારી યોજના માટે આગળ નું મહત્વપૂર્ણ અથવા તર્કસંગત પગલું નકકી કરો અને તરત જ તેના પર કાર્ય શરૂ કરી લો, પહેલુ કદમ ઉઠાવી લો, કોઈપણ કામ

કરો, કંઈ પણ કરો. એ ધ્યેય પર દરરોજ ત્યાં સુધી કામ કરો, જયાં સુધી એ તમને પ્રાપ્ત ન થઇ જાય, એ સમય પછી તમારા માટે અસફળતાનો કોઈ વિકલ્પ જ નહી હોય, જયારે તમે એ નકકી કરી લો છો કે આ એક મુખ્ય ધ્યેયથી જ જીવનમાં સૌથી વધારે ફાયદો થઈ શકે છે. એ જ તમારૂ નિશ્ચિત મુખ્ય ધ્યેય છે, તો પછી નકકી કરો કે એ ધ્યેય પ્રાપ્ત કરવાની દિશામાં વધારે ને વધારે મહેનત કરશો, વધારે ને વધારે સમય આપશો અને તેને પ્રાપ્ત કર્યા સિવાય હાર નહી માનો, કેવળ આ નિર્ણય તમારૂ જીવન સંપૂર્ણ રીતે બદલી શકે છે.

શરૂઆત કરવા માટે મંથન કરો. :-

ચાલો એક બીજી તકનિક આપુ છું. જેનો ઉપયોગ કરીને તમે તમારા મહ્ત્વપૂર્ણ ધ્યેયને સરળતાથી પ્રાપ્ત કરવાની સંભાવના ખૂબજ વધારી શકો છો, આ પધ્ધતિ જેટલી શક્તિશાળી છે તેટલી બીજી કોઈ નથી. આ પધ્ધતિથી જેટલા લોકો અમીર બન્યા છે, એટલા બીજી કોઈ પધ્ધતિથી બન્યા નથી. એક બીજો કોરો કાગળ લો, એમાં તમારો મુખ્ય નિશ્ચિત ધ્યેય સવાલના રૂપમાં લખો. ત્યારબાદ, તમારી જાતને અનુશાસિત કરીને એ સવાલના એછામાં ઓછા ૨૦ (વીસ) જવાબ લખો.

ઉદાહરણ તરીકે, જો તમારૂ ધ્યેય કોઈ નિશ્ચિત તારીખ સુધીમાં નકકી કરેલી રકમ કમાવવાનું હોય,તો તમે તમારા સવાલને આ રીતે લખશો, "હું આ ચોકકસ તારીખ સુધીમાં એટલા રૂપિયા કેવી રીતે કમાઈ શકું?" પછી શિસ્તબધ્ધ બનીને ૨૦ (વીસ) જવાબ લખો. આ વિચારમંથનનો અભ્યાસ તમારા મગજને સક્રિય કરશે, તમારી સર્જનશક્તિને જાગૃત કરશે અને તમને નવા વિચારો કરવા પ્રેરિત કરશે, જેના વિશે તમે પહેલા કયારેય વિચાયું નહી હોય.

શરૂઆતના પાંચ જવાબો આસાન હશે, પછીના પાંચ થોડા મુશ્કેલ હશે અને છેલ્લા દસ એટલા મુશ્કેલ હશે કે જેની તમે કલ્પના પણ ન કરી શકો,

પહેલીવાર થોડુ કઠિન લાગશે. તેમ છતાં, તમારા અનુશાસન અને ઈચ્છાશક્તિનો ઉપયોગ કરીને આ કામમાં ત્યાં સુધી સંકળાયેલા રહો જયાં સુધી ઓછામાં ઓછા ૨૦ (વીસ) જવાબ ન લખી લો.

વીસ જવાબ લખ્યા પછી તમારી યાદી જોઈને તેમાંથી એક ઉત્તમ જવાબ પસંદ કરી લો, જેના પર તમે તરત જ કામ શરૂ કરી શકો. જયારે તમે તમારી પસંદગીના વિચાર પર કામ શરૂ કરશો, ત્યારે એમાંથી બીજા વિચારો તમારા મનમાં ઉદ્ભવશે, જે તમને બીજા જવાબો પર પણ કામ કરવા માટે પ્રોત્સાહિત કરશે.

કારણ અને પરિણામનો મહાન નિયમ:

કારણ અને પરિણામના નિયમનો મહત્વપૂર્ણ આધાર એ છે કે **"વિચાર કારણ છે અને પિરિસ્થિતિઓ પરિણામ છે "** તમારા જીવનની પરિસ્થિતિઓ તમારા વિચારોનું પરિણામ છે. જયારે તમે તમારા વિચારો બદલો છો, ત્યારે તમારૂ જીવન પણ આપમેળે બદલાઈ જાય છે. તમારૂ બાહ્ય સંસાર તમારા આંતરિક સંસારનું દર્પણ બની જાય છે.

વિચારોના ઇતિહાસની મહાન શોધ એ છે કે, "તમે એ બનો છો, જેના વિશે તમે સૌથી વધુ વિચારો છો" તમે જે વારંવાર વિચારો છો તે તમે પામી શકો છો. ખૂબજ લોકપ્રિય પુસ્તક ***"Think and Grow Rich"*** જે પ્રથમ વખત 1939માં પ્રકાશિત થયુ હતુ અને આજે પણ વહેંચાઈ રહ્યું છે. એના લેખક નેપોલિયન હિલે કહ્યુ હતુ "માણસનું મન જેની કલ્પના કરી શકે અને જેના પર વિશ્વાસ કરી શકે છે, તેને પ્રાપ્ત પણ કરી શકે છે"

જયારે તમે તમારા ધ્યેય વિશે સતત વિચારો છો અને દરરોજ તેના પર કામ કરો છો, ત્યારે તમારા મોટા ભાગના સંસાધનો તમે રાખેલ ધ્યેય તરફ લઈ જાય છે અને ધ્યેયને તમારી તરફ લાવે છે. દૈનિક ધ્યેયનિર્ધારણનો નિયમ તમને શકિતશાળી, ઉદેશ્યપૂર્ણ અને વિજયી બનાવે છે. એના પરિણામે તમારામાં આત્મસન્માન, આત્મવિશ્વાસ અને આત્મગૌરવ વિકસિત થશે.

જ્યારે તમે તમારા ધ્યેય તરફ ઝડપથી આગળ વધવા લાગશો ત્યારે એવો પણ એક સમય આવશે જ્યારે દુનિયાની કોઈ તાકત તમને રોકી નહી શકે. આગળના પ્રકરણમાં હું એ સ્પસ્ટ કરીશ કે ઉત્કૃષ્ટતા વિકસિત કરવા માટે આત્મ અનુશાસન સૌથી મહ્ત્વનું કેમ છે ? અને એની સહાયતાથી તમે તમારી બધી જ ભૈતિક અને ભાવનાત્મક ધ્યેય કેવી રીતે પ્રાપ્ત કરી શકો?

કામનો અભ્યાસ :-

૧. આજે જ પુરી સ્પષ્ટતાથી નકકી કરો કે સાચે જ તમે જીવનમાં શું ઈચ્છો છો. એ જ રીતે તમે તમારા સફળતાના કાર્યક્રમને સક્રિય કરી દો છો. ધ્યેય પ્રાપ્ત કરવાના પાસવર્ડ ને તમારા મગજમાં રાખી દો.

૨. દસ ધ્યેય ની યાદી બનાવો, જેને તમે નજીકના ભવિષ્યમાં પ્રાપ્ત કરવા ઇચ્છો છો, એને વર્તમાનકાળમાં લખો, જેમ કે તમે એને પહેલાથી જ મેળવી ચૂક્યાં હોય .

૩. એ ધ્યેય પસંદ કરો, જેને પ્રાપ્ત કરીને તમારા જીવનમાં સૌથી વધુ અને ઝડપી બદલાવ આવતો હોય એ ધ્યેયને બીજા કાગળ પર લખી લો.

૪. તમારા ધ્યેયોને પ્રાપ્ત કરવા માટે તમે શું-શું કરી શકો છો, તેની યાદી બનાવી લો. આ યાદીને ક્રમ અને પ્રાથમિક્તાના આધાર પર વ્યવસ્થિત ગોઠવીને એના પર કાર્ય કરવા લાગો.

૫. વિચારમંથન કરીને વીસ એવા વિચારો લખો. જેનાથી તમારા મહ્ત્વપૂર્ણ ધ્યેયને મેળવવામાં સહાયતા મળે પછી ઓછામાં ઓછો એક વિચાર પર કામ શરૂ કરો .

૬. તમારા બધાય મહ્ત્વપૂર્ણ ધ્યેયને પ્રાપ્ત કરવા માટે અઠવાડિયાના સાતે દિવસ કંઈક કરવાનો સંકલ્પ કરો, કે જયાં સુધી તમે સફળ ન થઈ જાવ.

૭. સ્વંયમને સતત યાદ અપાવતા રહો કે, "નિષ્ફળતાનો કોઈ વિકલ્પ જ નથી. કંઈ પણ થઈ જાય, સફળ થવાના સંકલ્પમાં જોડાયેલા રહો.

આત્મ અનુશાસન અને વ્યક્તિગત ઉત્કૃષ્ટતા

"આપણે વારંવાર જે કરીએ છીએ તે બની જઈએ છીએ, એટલે કે ઉત્કૃષ્ટતા એ કોઈ કામ નથી, પરંતુ એક આદત છે."

તમે ખુદ તમારી બહુમૂલ્યવાન સંપતિ છો. તમારૂ જીવન, તમારી યોજનાઓ અને તમારી સંભાવનાઓ તમારી કિંમતી વસ્તુઓ છે. એટલા માટે જીવનમાં તમારું મહાન ધ્યેય તમારી સંપૂર્ણ સંભાવના સાકાર કરવાનું હોવું જોઈએ, જેથી તમે એ બની શકો, જે તમારે બનવું જોઈએ.

શીખવાની, વિકાસ કરવાની અને તમારી સંભાવના સાકાર કરવાની શકિત અસીમ છે. આજે લોકો સિતેર વર્ષની ઉમરે પણ નવા વિષયો ભણી રહયા છે અને નવી ક્ષમતાઓ વિકસાવી રહયા છે. શીખવાની અને યાદ કરવાની તમારી ક્ષમતા જીવનભર કાયમ રહે છે, તમે તમારા મગજને તાજું, સંતર્ક અને ચૈતન્યમય રાખો જેથી તે તેના સર્વશ્રેષ્ઠસ્તર પર કામ કરી શકે .

પૈસા કમાવાની તમારી યોગ્યતા એ તમારી સૌથી મૂલ્યાવાન સંપતિ છે. કાર્ય કરવાની યોગ્યતા જીવનભરના ધનનો મૂળ સ્રોત છે. તમારું મકાન, કાર, બેંક એકાઉન્ટ ચાલ્યું જાય અથવા બધી જ સંપત્તિ ચાલી જાય, પરંતુ જો તમારામાં પૈસા કમાવાની યોગ્યતા છે, તો તમે થોડા મહિનાઓ અને વર્ષોમાં આ બધું જ એનાથી પણ વધારે પાછું કમાઈ શકો છો.

તમારું સૌથી મોટું રોકાણ :-

મોટા ભાગના લોકોને અહેસાસ નથી હોતો કે તેઓ પૈસા કમાવાની યોગ્યતાને નજરઅંદાજ કરી દે છે. તેઓ ભૂલી જાય છે કે પૈસા કમાવાની ક્ષમતાને તે બિંદુ સુધી પહોચવામાં તમારી જીંદગી પૂરી થઈ જાય છે. તમારા કૌશલને

શિખવાની અને યોગ્યતાઓને વિકસીત કરવા માટે તમે શિક્ષા, અનુભવ અને કડી મહેનત કરવામાં જેટલું રોકાણ કર્યું છે, એનાથી આ સંપતિ તૈયાર થઈ છે.

તમારી પૈસા કમાવાની યોગ્યતા માસપેશીઓ જેવી હોય છે. નિયમિત કસરત કરવાથી તેની શકિત વર્ષો સુધી વધતી રહે છે. બીજી બાજુ, એ પણ એક સત્ય છે કે એને એમ જ મુકી દેવામાં કે નજરઅંદાજ કરી દેવામાં આવે, તો માસપેશીઓની જેમ જ તમારી કમાવાની યોગ્યતા ઘડી જાય છે, કારણ કે તમે એના વિકાસ માટે પ્રયત્ન કર્યો નથી.

બીજા શબ્દોમાં કહીએ તો, તમારી કમાવાની યોગ્યતા એ એક એવી સંપત્તિ છે, જેનું મુલ્ય ઘટી પણ જાય અને વધી પણ જાય. વધતી સંપત્તિ એ હોય છે, જેનું મૂલ્ય અને કેશફલ્લો નિરંતર રોકાણ અને સુધારાને કારણે દર વર્ષે વધતુ રહે. બીજી બાજુ ઘટતી સંપત્તિ એ હોય છે, જેનું મૂલ્ય સમયની સાથે ઓછું થતુ જાય છે. અંતે એ સ્થાને પહોંચી જાય છે, જયાં તેનું મૂલ્ય "શુન્ય" થઈ જાય છે, કારણ કે એનું કોઈ મૂલ્ય નથી રહેતું. આ વિકલ્પ પસંદ કરવાનું તમારા હાથમાં છે કે તમારી કામવાની ક્ષમતા દર મહિને, વર્ષે વધે કે ઘટે.

તમે રાષ્ટ્રપતિ છો. :-

કલ્પના કરો કે તમે પોતાની કંપની "પર્સનલ સેવા કોરપોરેશન" ના પ્રમુખ છો. માની લો કે તમે તમારી કંપનીને શેરબજાર માં સૂચિબધ્ધ કરાવી રહ્યા છો, શું તમે એમ કહી શકો છો કે મારી કંપની ઝડપથી વિકાસ કરનારી કંપનીની શ્રેણીમાં આવે છે, જેની કિંમત અને કમાવાની ક્ષમતા દર વર્ષે સતત વધી રહી છે.

અથવા તમે તમારી કંપનીનું વર્ણન એક એવી કંપનીના રૂપમાં કરશો, જેનુ મુલ્ય અને આવક સ્થિર થઈ ચૂકી છે અથવા ઘડી રહી છે ? શું તમે "YOU IN" સભ્ય છો? શું ઉત્કૃષ્ટ શેર બતાવીને તેમાં રોકાણ કરવાથી સલાહ આપશો ? જો હાં તો કેમ? જો ના તો કેમ નહી? સ્પષ્ટ કારણ બતાવો. જે

તમને અહીં સુધી લાવ્યું છે, તે તમને આનાથી આગળ લઈ જઈ શકે છે કે નહીં તે મહત્વનું છે. ઘણા લોકોનુ મૂલ્ય વાસ્તવમાં દરવર્ષે ઓછું થતું જાય છે. તેઓ પોતાનું જ્ઞાન અને યોગ્યતાઓને વધારી રહ્યા નથી, એટલા માટે તેઓની કમાવાની ક્ષમતા ઘટી રહી છે. તેઓને અહેસાસ નથી કે વર્તમાન સમયમાં એમની પાસે જે જ્ઞાન અને યોગ્યતા છે, તે ખૂબ જ જૂનીપડી રહી છે. એની જગ્યાએ નવું જ્ઞાન અને યોગ્યતા આવી રહી છે, જો તે તમારામાં નથી અને કોઈ બીજામાં છે, તો એ વાતનો સ્પષ્ટ ખતરો છે કે, તમારા પ્રતિષ્પર્ધી તમારાથી આગળ નિકળી જશે.

સર્વોચ્ચ ૨૦% લોકોમાં શામિલ થાઓ.

જેમ મે આગળ કહ્યું હતુ કે 80/20 ના નિયમ આવક ઉપર લાગુ પડે છે. આપણા સમાજના 20% લોકો 80% સંપતિ કમાઈ છે અને નિયંત્રિત કરે છે. ફોર્બ્સ, ફોરર્જુન, બિઝનેસ વીક, ધ વોલ સ્ટ્રીટ જર્નલ અને આમદની વિભાગનો અંદાજો છે કે શીર્ષના 1% લોકો અમેરીકાનો 33% સંપતિ ધરાવે છે. આવકની અસમાનતામાં સૌથી વધુ રસપ્રદ વાત એ છે કે દુનિયામાં મોટાભાગના કરોડપતિ, અબજોપતિ અને લાખોપતિ પહેલી પેઢીના છે. એટલે કે એમણે બહુ જ ઓછી સંપત્તિથી અથવા શૂન્યથી શરૂઆત કરી હતી અને તેઓ પોતાના દમ પર અમીર બન્યા.

દુનિયામાં આવક વધારવાની અસીમિત શક્યતાઓ છે. એનો મતલબ છે કે તમે ગમે ત્યારે આવકના નીચલા સ્તર થી ટોચના સ્તર પર પહોંચી શકો છો. આજે જે લોકો ટોપના 20% માં આવે છે, તેઓ ક્યારેક સૌથી નીચેના 20% આવતા હતા, પરંતુ એના પછી તેઓએ પોતાના સમયે અને જીવનમાં કંઈક અલગ કયું, જેથી કરીને તેઓ આર્થીક સફળતાની સીડી ચઢતા ગયા.

તમારી યોગ્યતા પર કોઈ જ બંધન નથી.

દુનિયાની આવક દર વર્ષ લગભગ 3% વધે છે. મોઘવારી અને જીવનની આજીવિકા પણ તેટલી જ ઝડપથી વધે છે એનો મતલબ એ થયો કે જેની આવક 3% વધે છે. તેઓ વાસ્તવમાં આગળ નથી વધી શકતા. તેઓ એક એવી નોકરી કરે છે જે તેમને દિવાલીયા પર પણ ઉભા રાખી શકે. પરંતુ સાચુ તો એ છે કે તમારાથી શ્રેષ્ઠ અને ચતુર કોઈ નથી. જો કોઈ આજે તમારાથી સારું પ્રદર્શન કરી રહ્યું છે તો તે એ વાતનું પ્રમાણ છે કે તેઓએ કારણ અને પરિણામનાં નિયમને પોતાના કામમાં ઉતારવાનું શીખી લીધું છે. સંભવત તેઓ તે કાર્ય કરી રહ્યા છે, જેમાં બીજા લોકો સફળ થઈ ચૂક્યા છે. " શીખવું અને કરવું" આપણા જીવનમાં કારણ અને પરિણામના નિયમને ઉતારવાનો માર્ગ છે. વ્યક્તિગત ઉત્કૃષ્ટતા પ્રાપ્ત કરવી એ એક એવો નિર્ણય છે, જે તમે ખુદ લો છો અથવા નથી લેતા પરંતુ નકકી કરાયેલા ક્ષેત્રમાં ઉત્કૃષ્ટતા અને સમર્પણ ન હોય તો તમે સ્વયંમ ઓછું અથવા નીચું પ્રદર્શન કરો છો. કોઈ પણ સંયોગથી કે ઓફિસ જઈને ઉત્કૃષ્ટ નથી બનતાં. ઉત્કૃષ્ટતા માટે એકનિશ્ચિત નિર્ણય લેવાની અને આજીવન સર્મપણની જરૂરીયાત હોય છે.

21મી સદીની ચાવીઓ:-

જ્ઞાન અને યોગ્યતા એકવીસમી સદીની ચાવીઓ છે. તમારી સર્વશ્રેષ્ઠ સંભાવનાઓને સાકાર કરવા અને તમારા ક્ષેત્રમાં શિખર પર પહોંચવા માટે જીવનભર અનુશાસન જરૂરી છે. માનસીક ચુસ્તી શારીરિક ચુસ્તી જેટલી જ મહત્વની હોય છે. જો તમે બે માંથી એક મેળવવા માંગો છો, તો તમારે જીવનભર મહેનત કરવી પડશે. તમે આ કામ ક્યારેય છોડી શકો નહી. જો તમે ટોપ 20 માં આવવા માંગતા હોય અને ત્યાંજ રહેવા માંગતા હોય, તો તેના માટે તમારે તમારા આખા કરિયર દરમિયાન(જીવનના વિભિન્ન ક્ષેત્રોમાં) સતત શીખતા અને પ્રગતિ કરતુ રહેવું જોઈએ, દરરોજ, દર અઠવાડિયે અને મહિને વધારે કમાવા માટે તમારે વધારે શીખવું પડશે .

અબ્રહમ લિંકને લખ્યું હતુઃ "કેટલાક લોકો અમીર બની ગયા છે, એ વાતનું પ્રમાણ છે કે બાકીના લોકો પણ તે કામ કરી શકે છે.

બીજા લોકોએ જે કર્યું છે, તે તમે પણ કરી શકો છો, બસ તમે એ શીખી લો કે કેવી રીતે કરવું? જે આજે ટોચ પર છે, તેઓ ક્યારેક તળિયે પણ હતા, ગરીબ પરિવારોમાંથી આવતા અથવા અસામાન્ય પરિસ્થિતિઓમાં મોટા થયેલા લોકો પોતાના ક્ષેત્રમાં સૌથી શ્રેષ્ઠ બન્યા છે. જે કામ લાખો કરોડો લોકોએ કર્યું છે એ તમે પણ કરી શકો છો, ફિલોસોફર બટ્રૉન્ડ રસેલે કહ્યું છે" કોઈક વસ્તુઓને કરવુ શક્ય છે, એનું સર્વશ્રેષ્ઠ પ્રમાણ એ છે કે કોઈ બીજુ તેને પહેલેથી કરી ચુકયુ છે.

સાધારણથી અસાધારણ સુધી –

ઘણીવખત આપણે જોતા હાઈએ છીએ, કે આપણાથી ઓછી બુધ્ધિવાળા અથવા ઓછા ગુણી માણસ નોંધ પાત્ર સફળતા મેળવી લે છે, જયારે તમારાથી કમ અકકલવાળા લોકો તમારાથી વધારે સારૂ પ્રદર્શન કરે છે ત્યારે તમે નિરાશ થઈ જાવ છો, એનાથી વધારે ગુસ્સો બીજી કોઈ વાત પર નથી આવતો જયારે તમે વિચારો છો કે એવુ કેવી રીતે બની શકે?

જવાબ સરળ છે. જીવનના અમુક તબક્કે એમને અનુભવ થઈ ગયો હતો કે, વ્યક્તિગત અને વ્યાવસાયિક પ્રગતિ જ સફલળતાચાવી છે. ત્યારબાદ તેઓ એ પોતાનું આખુ જીવન શીખવા પ્રત્યે સમર્પિત કરી દીધું. સારી વાત એ છે કે, લગભગ બધી જ મહત્વપૂર્ણ યોગ્યતાઓ શીખી શકાય છે. બધી જ વ્યાવસાયિક યોગ્યતાઓ શીખી શકાય છે. જે કોઈ વ્યવસાયમાં કે કોઈપણ ક્ષેત્રમાં માહિર છે, તે પણ ક્યારેય સંપુર્ણ અજ્ઞાની હતા. વેચવાની યોગ્યતા પણ શીખી શકાય છે. દરેક સર્વોચ્ચ સેલ્સમેન પહેલા શિખાઉ હતા અને કોલ કરવામાં અને વેચાણ કરવામાં અસમર્થ હતા. પૈસા કમાવાની બધી જ યોગ્યતાઓ શીખી શકાય છે. લગભગ બધા જ દોલતમંત વ્યક્તિ એક સમયે

ગરીબ હતા. એનો મતલબ એ થાય છે કે, ધ્યેય પ્રાપ્ત કવરા માટે જે પણ શીખવુ પડે તે તમામ તમે શીખી શકો છો. નિર્ણય લો.

તમારા ક્ષેત્રમાં યોગ્ય સન્માનિત અને ધનવાન માણસોમાંથી એક બનવા માટેનું શરૂઆતનું બિંદુ ખૂબ જ સરળ છે. નિર્ણય લો, અહીં કહેવામાં આવ્યુ છે કે તમારા જીવનના આપણા મગજમાં નવા વિચાર આવે છે અને આપણે પહેલાથી અલગ વસ્તુઓને નિર્ણય લઈએ છીએ. જેમ કે તમે તમારી શિક્ષા પૂરી કરવાનીં યોગ્યતા વધારવાનું અથવા સારી કોલેજમાં ભણવાનું નકકી કરો છો, તમે કોઈ નવો વ્યવસાય શરૂ કરવાનું વિચારો છો. તમે કોઈ ખાસ કંપની કે કુરિયરમાં જવાનું નકકી કરો છો, તમે કોઈ ખાસ રીતે પૈસાનું રોકાણ કરવાનો નિર્ણય લો છો. અને વિશિષ્ટરૂપે તમે તમારા ક્ષેત્રમાં સર્વશ્રેષ્ઠ બનવાનો નિર્ણય લો છો. ઘણા બધા લોકો કહેતા હોય છે કે તેઓ ખુશ, સ્વસ્થ, નાજૂક અને અમીર બનવા માંગે છે. પરંતુ જેમ મેં આગળ કહ્યું તેમ ફક્ત ઇચ્છા અને આશાથી કશું થતુ નથી. તમારે એક દૃઢ અને અટલ નિર્ણય લેવો પડે છે કે, તમે જે ઇચ્છો છો તેના માટે તમારે ગમે તેટલું દૂર જવુ પડે તમે જશો. તમારે એ નિર્ણય લઈને પાછલી માનસિકતાને દૂર કરવી પડશે. પોતાના પર અને પોતાની યોગ્યતા ઉપર એટલી મહેનત કરવાનો સંકલ્પ કરો કે જયાં સુધી ટોચના 20% અથવા એનાથી ઉપર ના પહોચી જાઓ.

અનુયાયીઓ નહિ, નેતાઓને અનુસરો. :-

જયારે તમે તમારા ક્ષેત્રના સર્વશ્રેષ્ઠ વ્યક્તિઓમાંથી એક બનવવાનો નિર્ણય લો, ત્યારે તમારી આજુબાજુના બધા જ ટોચના વ્યકિતઓને ઓળખવાનો પ્રયત્ન કરો, જેઓ પહેલેથી શિખર પર છે.

આત્મ—અનુશાસનની શક્તિ.

- તેઓમાં કયા ગુણો સમાન છે?

- તેઓ પોતાની દિનચર્યા કેવી રીતે બનાવે છે?

- તેઓ કેવા કપડાં પહેરે છે?

- તેઓ કેવી રીતે ચાલે છે? બોલે છે? વ્યવહાર કરે છે?

- તેઓ કેવા પુસ્તકો વાંચે છે?

- તેઓ પોતાનો ફ્રિ સમય કેવી રીતે વ્યતિત કરે છે?

- તે લોકો કોની સાથે ઉઠે બેઠે છે?

- તેઓએ ક્યા કોર્સ કર્યા છે?

- તેઓ પોતાની ગાડીમાં કેવા ઓડિયો સાંભળે છે ?

આ થોડા પ્રશ્નો પૂછવાથી તમને ખબર પડી જશે કે ખરેખર સફળ લોકો શું કરે છે? જે તમારે પણ કરવું જોઈએ. જુઓ તમે એ ધ્યેયને પ્રાપ્ત ન કરી શકો, જેને તમે જોઈ જ શકતા નથી. યોગ્ય રોલ મોડેલ નકિક કરવાથી પણ તમારા ભવિષ્યમાં પ્રભાવ પડે છે. હાર્ડવર્ડના ડો. ડેવિન મેકકલેલેન્ડ ધ અચીવિંગ સોસાયટીના લેખક છે અને તેઓનું તારણ/નિષ્કર્ષ એ છે કે " રેફરન્સ ગ્રુપ ' એટલે કે સંદર્ભ સમૂહને પસંદ કરવાથી તમારા જીવનની સફળતા અને ઉપલબ્ધિઓ નકકી થઈ જાય છે. તમારા સંદર્ભ સમુહમાં એ લોકો આવે છે. જેના વિશે તમે વિચારો છો કે તેઓ 'તમારા જેવા છે. "આપણી સ્વાભાવિક વૃતિ એવી હોઈ છે, કે તમે ખૂદને જે લોકો જેવા માનતા હોય અને જેની સાથે વધારે સમય રહેતા હોય તેનો પોશાક, માન્યતાઓ અને જીવનશૈલીને અપનાવી લેતા હોય છે.

એ કરો કે જે ટોચના લોકો કરે છે. :–

TOM એક અન્ય સેલ્સમેનને પૂછ્યુ કે તે પોતાના દિવસનું આયોજન કેવી રીતે કરે છે? તે સેલ્સમેને ટોમને સમય વ્યવસ્થાપનની પદ્ધતિ શીખવવામાં મદદરુપ થયો. ટોમે એ પધ્ધતિ પ્રમાણે પોતાની દિનચર્યા ગોઠવી, જે રીતે ટોચના સેલ્સમેન કાર્ય કરતા હતા. આ સર્વોચ્ચ સેલ્સમેનને રોલ મોડલ તરીકે માણવાનું અને એમની પદ્ધતિઓનું અનુસરણ કરવાનો ટોમ પર ઊંડો પ્રભાવ પડયો હતો. ટોમ વધારે એપોઈમેન્ટ લેવા લાગ્યો, સ્પષ્ટ ટાર્ગેટ સેટ કરવા લાગ્યો અને વધારે વેંચાણ કરવા લાગ્યો. છ મહિનામાં જ એ ઓફિસના સર્વોચ્ચ સેલ્સમેનમાં સ્થાન પામ્યો.

પરંતુ, વાસ્તવમાં એના પહેલા જ એ સર્વોચ્ચ સેલ્સમેનના સમૂહમાં પહોંચી ગયો હતો. ટોચના સેલ્સમેન હવે તેને કોફી અને લંચ માટે આમંત્રણ આપતા હતા.આ રીતે, તે જુનિયર લોકોના વર્ગમાંથી ઉપર આવી ટોચના સમુહનામાં શામિલ થઈ ગયો. આગલા વર્ષમાં ટોમ એક રાષ્ટ્રીય વેપાર સંમેલનમાં ગયો, જયાં તે આખા દેશના સર્વોચ્ચ સેલ્સમેન સાથે મળ્યો. આ સંમેલનમાં ભાગ લેવાનો તેનો હેતુ દરેક ટોચના સેલ્સમેન પાસેથી તેમના કાર્યની પદ્ધતિ જાણવી અને તેમની સલાહ માંગવાનું હતું. કે તેઓ “કયા પુસ્તકો વાંચવાની સલાહ આપે છે?” “ક્યા ઓડિયો પ્રોગ્રામનું અનુસરણ કરે છે?” “ક્યા સેમિનારમાં ભાગ લે છે?” તેમજ તેઓ કેવી રણનીતિઓ અપનાવી વેચાણમાં સફળતા મેળવી રહ્યા છે?

સલાહ પર અમલ કરો :-

ટોમે એક એવી વસ્તુ કરી, જે બહુ ઓછા લોકો કરે છે. એણે સલાહ પર તાત્કાલિક અમલ કર્યો અને સલાહ આપનારાને પણ બતાવી દીધું. ચાર વર્ષની અંદર ટોમ દેશના સર્વોચ્ચ સેલ્સમેનમાંનો એક બની ગયો હતો. એના મિત્રો અને સહયોગી પણ બદલી ગયા હતા. હવે તે પોતાની અને અન્ય શાખાઓના અન્ય સેલ્સમેન સાથે ઉઠતા બેઠતા હતા. એની આર્થિક આવક

અનેક ગણી વધી ગઈ હતી. તે સર્વોત્તમ જીવનશૈલી જીવી રહ્યો હતો. તેની પાસે હવે આકર્ષક કપડાં, નવી ગાડીઓ, શાનદાર ઘર અને સુંદર પત્ની હતી. ટોમનું માનવું છે કે આ બધી જ સફળતાનો શ્રેય એક નાનકડી વાતને જાય છે. સર્વોચ્ચ લોકોની સલાહ લેવી અને તેના પર અમલ કરવો.

પરંતુ એક વિચિત્ર વાત પર ધ્યાન આપવું જોઈએ કે જયારે ટોમ સર્વોચ્ચ લોકો પાસે સલાહ લેવા ગયો, ત્યારે જે દર વર્ષ સેલ્સ એવોર્ડ જીતતા, એ બધા જ લોકોએ ટોમને એક જ વાત કહિ હતી. કે તે પહેલો માણસ હતો, જેને સલાહ માંગી હતી. કોઈ બીજાએ આ પહેલા પૂછયું જ નહિ કે તેઓ એટલા સફળ કેમ છે?

તમામ જવાબો શોધી શકાય છે.

અહિં એક મહાન શોધની વાત કરવામાં આવી છે. બધા જ જવાબ શોધી શકાય છે. સફળતાના બધા જ રસ્તાઓને શોધી કાઢવામાં આવ્યા છે. તમારે તમારા ક્ષેત્રમાં શિખર પર પહોંચવા માટે જે કઈ પણ શીખવાની જરૂર પડે છે, તે હજારો લોકો પહેલેથી જ શીખી ચૂક્યા છે. જો તમે તેમની પાસેથી સલાહ લેશો તો તેઓ અવશ્ય આપશે. સફળ લોકો સફળતા મેળવવા માંગતા બીજા લોકોને મદદ કરવા આવશ્ય તત્પર રહે છે. તેઓ એટલા તત્પર હોય છે કે એના માટે પોતાના ફોન કોલ્સ રોકી દેશે, એપોઈમેન્ટ રદ કરી દેશે અને પોતાના કામને એક બાજુ રાખી દેશે. પરંતુ આ બધુ ત્યારે જ થાશે જયારે તમે સલાહ માંગશો. અને હા જયારે એ તમને સલાહ આપે ત્યારે તેના પર અમલ કરવાનું ભૂલસો નહિ.

જો તમે સીધેસીધુ તેમને ન પૂછી શકો, તો તેમના પુસ્તકો વાંચો. એમના ભાષણો અને સેમિનારમાં જાઓ. સફળ લોકોના ઓડિયો પ્રોગ્રામ સાંભળો. ઘણી વખત તમે ઈ-મેઈલ કરીને સલાહ માંગી શકો છો. સર્વશ્રેષ્ઠ લોકોથી શીખો.

ઊંચી આવકનો ધ્યેય બનાવો

જો તમારો ધ્યેય તમારા ક્ષેત્રમાં પૈસા કમાવાવાળા લોકોના ટોચના ૨૦%માં આવવાનો છે, તો તમારે સૌથી પહેલા એ શોધવુ પડશે કે, ટોચના ૨૦% લોકો કેટલુ કમાય રહ્યા છે. આ જાણકારી ઉપલબ્ધ છે. બસ પૂછતા રહો, ઉદ્યોગના આંકડાઓની શોધ કરો. તેને ગુગલ પર શોધો. જો તમે શોધશો તો તમને એ જાણકારી મળી શકે છે.

તમારી આવકનો ધ્યેય નક્કિ કર્યા પછી તેને લખી લો. ત્યારબાદ, એને પ્રાપ્ત કરવાની યોજના બનાવો અને એ દિશામાં દરરોજ કામ કરો. ત્યાં સુધી રાહ ન જુઓ, જયાં સુધી ત્યાં પહોંચી ન જાઓ.

વ્યવસાય અને વેંચાણમાં ઉચ્ચ આવક કમાવાનું રહસ્ય ખૂબ જ સરળ છે: શીખો અને કરો. ગાડીમાં જેક લગાવતી વખતે જે કરીએ છીએ, તે જ કરો. એક જ વારમાં સસ્કુ ફેરવો. જ્યારે પણ કોઈ ન વી યોગ્યતા શીખીને તેના પર અમલ કરવા લાગીએ છીએ, તો આપણી કમાવાની યોગ્યતા પણ વધતી જાય છે અને સ્થિર થઈ જાય છે. જો તમે કમાવાની યોગ્યતાને વધારતા રહેશો, તો તમે વધારે ઊંચા સ્તર પર પહોંચવા લાગશો, જયાંથી નીચે આવવું સંભવ નથી.

ખુદમાં રોકાણ કરવાના ૩ ફોર્મ્યુલા અપનાવો.

પોતાની આજીવન સફળતા નિશ્ચિત કરવા માટે આજે જ નિર્ણય લો, કે તમે તમારી ૩% આવક પોતાનામાં રોકાણ કરશો. આ આજીવન જ્ઞાનઅર્જિત કરવાની જાદુઈ સંખ્યા છે. સોસાયટી ફોર ટ્રેનિંગ એન્ડ ડેવલપમેન્ટ મુજબ, દરેક ઉદ્યોગ ૨૦% થી વધુ નફો સ્ટાફની તાલીમ તેમજ વિકાસ માટે ૩૧% આવકનું રોકાણ કરે છે. તો પછી તમે શા માટે ન કરો? તમે પણ તમારી આવકના ૩% ખુદ / તમારા માટે રોકાણ કરો, જેથી કરીને તમારું મૂલ્ય વધે અને તમારી કામવાની ક્ષમતા પણ વધે.

જો તમારી આર્થિક આવકનું ધ્યેય 50,000 છે તો તેના 3% 1500 થાય. તમારે દર વર્ષ જ્ઞાન અને યોગ્યતાઓને વધારવા માટે અને તેના નવીનકરણ કરવા માટે આટલું રોકાણ કરવું પડશે. જો તમારી આવકનું લક્ષ્ય 1,00,000 છે, તો દર વર્ષ પોતાના માટે 3000નું રોકાણ કરવાનો સંકલ્પ કરો, જેથી કરીને તમારી આવક એ સ્તર સુધી પહોંચી શકે.

સર્વશ્રેષ્ઠ બનવા માટેના ત્રણ સરળ પગલાં :-

આપના ક્ષેત્રમાં ટોચના લોકોમાંથી એક બાનવા માટે અનુશાસન અને મહેનતની સૈથી વધારે જરૂર છે. તમારા ક્ષેત્રમાં શ્રેષ્ઠ બનવા માટે તમારે ત્રણ સરળ પગલાનો અમલ કરવો જોઈએ.

૧. દરરોજ એક કલાક માટે તમારા ક્ષેત્રને સબંધિત પુસ્તક વાંચો. ટી.વી. અને રેડિયો બંધ કરી દો. અખબાર એક બાજુ રાખી દો. દરરોજ સવારે તમારા ક્ષેત્રને લગતી પુસ્તકો કે કોઈ સામગ્રી વાંચો.

૨. કાર ચલાવતી વખતે શૈક્ષણિક પોગ્રામ સાંભળો. થોડીવાર સાંભળીયા પછી વચ્ચેથી જ બંધ કરી દો, જેથી તમે સાંભળેલી વાતો પર ચિંતન-મનન કરી શકો અને વિચારી શકો કે આ તેના પર કેવી રીતે અમલ કરી શકાય છે.

3. તમારા ક્ષેત્રમાં સબંધિત કોર્સ અને સેમિનારમાં નિયમિતરૂપથી ભાગ લો અને તેની જાણકારી રાખો. સુવિધાજનક ઓનલાઈન કોર્સ કરો. જેથી કરીને તમારી યોગ્યતા વધવાની સાથે-સાથે તમને મહત્વપૂર્ણ વિચાર પણ મળી શકે છે, જેનો ઉપયોગ કરીને તમે વધારે સફળ થઈ શકો.

ચક્રવૃધ્ધિ વ્યાજની જેમ, ચક્રવૃધ્ધિ જ્ઞાન પણ અર્જિત કરવાનું પરિણામ પણ આશ્ચર્યજનક હશે. જેટલું શીખશો, એટલી શીખવાની ક્ષમતા વધતી જશે. તમારું મગજ તેટલું સારું કામ કરશે અને વધુ સ્માટે બનશો. તમારી સ્મરણશકિત અને ગ્રહણશક્તિ વધશે. શીખેલી વાતો પરથી વધારે સારી રીતે આયોજન બનાવી શકશો.

શીખવાનું અને વિકાસ કરવાનું ક્યારેય ન છોડશો.

નિપુણતા હાસિલ કરો :-

કોઈપણ ક્ષેત્રમાં નિપુણતા હાંસલ કરવામાં કેટલો સમય લાગે છે? નિષ્ણાંતોના કહ્યા મુજબ, "નિપુણતા" મેળવવામાં લગભગ સાત વર્ષ અથવા ૧૦,૦૦૦ કલાકોની ખૂબ જ મહેનત જરૂરી છે. નિષ્ણાંત સેલ્સમેન બનવામાં સાત વર્ષેનો સમય લાગે છે. સફળ વ્યાપારી બનવામાં સાત વર્ષ લાગે છે. ઉત્કૃષ્ટ ડીઝલ મેકેનિક બનવામાં સાત વર્ષ લાગે છે. કોઈપણ ક્ષેત્રમાં શિખર સુધી પહોચવામાં સાત વર્ષ અથવા ૧૦,૦૦૦ કલાકોની ખૂબજ મહેનત લાગે છે. તેથી, અત્યારથી જ મહેનત શરૂ કરી દો, સમય તો આમ પણ પસાર થઈ જ જશે.

નિપુણતા હાંસલ કરવા માટે, એ સંકલ્પ કરો કે તમે ખૂદને ઉત્કૃષ્ટતા તરફ સમર્પિત કરી દેશો. હું આજ સુધી એવા વ્યકિતને નથી મળ્યો, જેણે પોતાના ક્ષેત્રમાં ટોચના ૨૦% લોકોમાં પહોચવાનો નિર્ણય લીધો હોય અને એ શ્રેયને પ્રાપ્ત ન કર્યું હોય. હું આજ સુધી એવા વ્યક્તિને પણ નથી મળ્યો, જે નિર્ણય લીધા વગર ત્યાં પહોંચ્યો હોય, નિર્ણય લેવો અને તેના પછી સતત ઉદેશ્યપૂર્ણ અને અનુશાસિત કર્મ કરવુ અનિવાર્ય છે.

યોગ્યતા પર્યાપ્ત નથી :-

મોટાભાગના લોકો નોકરીના પહેલા વર્ષમાં પોતાનું કામ કરવાની રીત શીખી લે છે અને પછી કોઈ તેને વધુ સારૂ કરવાનો પ્રયત્ન નથી કરતું. તેઓ જુની રીતથી જ કામ કરતા રહે છે. સમસ્યા એ છે કે એ રીતે કામ પતાવીને તમે કયોરય ઉપર પહોચી શકતા નથી. તમારી દિશા હમેંશા નીચે તરફ ગતિ કરે છે. ઘણા લોકો એક જ પદ પર વર્ષો સુધી કામ કરવા છતાં આગળ આવી શકતા નથી. તેઓ આઠથી પાંચ સુધીની નોકરી કરે છે, પરંતુ પોતાની યોગ્યતાઓને વધારવા કે નવિનીકરણ કરવા માટે આંગળી પણ ઉઠાવતા

નથી., તેઓ પોતાના કૌશલમાં નિપુણ થવા માટે જરા પણ સમયનો ઉપયોગ કરતા નથી, જયાં સુધી તેઓની કંપની આગળના શિક્ષણ માટે પૈસા અને રજાઓ ન આપે.

સરેરાશ વ્યકિત સરેરાશ કામ કરે છે, જેથી એની આવક પણ સરેરાશ રહે છે અને જીવનભર પૈસાની ચિંતા રહે છે. તેને ક્યારેય ખ્યાલ નથી રહેતો કે સરેરાશ વ્યકિત અને ઉત્કૃષ્ટ વ્યકિતની વચ્ચે બારીક રેખા હોય છે જે તેઓ જોઈ શકતા નથી. સચ્ચાઈ એ છે કે, "તમે સારા નથી બની શકતા, તો તમે ખરાબ થતા જાવ છો." કોઈપણ એક જગ્યાએ વધારે સમય સુધી રહી શકતા નથી.

દરરોજ બે કલાક આપશો, તો શિખર પર પહોચી જશો :-

સરેરાશથી શ્રેષ્ઠ બનવા માટે દરરોજ લગભગ બે કલાકનું રોકાણ કરવુ પડશે. દરરોજ માત્ર બે વધારાના કલાકો, અને આ પછી તમે જીવનભર પૈસાની ચિંતાથી મુકત રહેશો અને તમારા ક્ષેત્રમાં સૌથી વધારે આવકવાળા વ્યકિત બની જશો. લોકો તરત સવાલ કરે છે કે "દરરોજ બે કલાક કયાંથી લાવશું?"

એકદમ સરળ છે. એક કાગળ લો અને એના પર નીચે આપેલો હિસાબ કરો.

એક અઠવાડિયામાં કુલ કેટલી કલાકો હોય છે?

૭ દિવસ ૨૪ કલાક એટલે કે ૧૬૮ કલાક.

જો તમે નોકરીની ૪૦ કલાક અને નિંદરના ૫૬ કલાક બાદ કરી દો, તો પણ તમારી પાસે ૭૨ કલાક વધશે.

જો તમે દરરોજ ૩ કલાક (અઠવાડિયામાં ૨૧ કલાક) તૈયાર થવામાં અને ઓફિસમાં આવવા-જવાના અલગ રાખી દો, તો તમારી પાસે ૫૧ કલાક ખાલી સમય વધશે, જેમાં તમે તમારૂ પસંદનું કામ કરી શકો છો.

જો તમે દરરોજ બે કલાક, અઠવાઠિયાના ૧૪ કલાકનું રોકાણ પોતાનામાં કરો તો એના પછી ૩૭ કલાકનો સમય રહેશે, એટલે કે દરરોજ પાંચ કલાકથી વધારે સમય ખાલી રહે છે.

તમારા ક્ષેત્રમાં સરેરાશથી શ્રેષ્ઠ પ્રદર્શનમાં પહોચવા માટે તમારે ખાલી એટલું જ કરવાનુ રહેશે કે દરરોજ બસ બે કલાકનું રોકાણ કરવું પડશે.

સતત શીખવાની ટેવ પાડો :-

સૌથી સારા સમાચાર છે કે તમારા વ્યક્તિગત અથવા વ્યાવસાયિક વિકાસ વિશેના પુસ્તકો વાંચો, ગાડીમાં ઓડિયો પ્રોગ્રામ્સ સાંભળો, વધારે કોર્સ કરો અને સાંજના સમયે અથવા સપ્તાહના અંતમાં ટી.વી. જોવાની જગ્યાએ તમારી યોગ્યતાઓ વધારો, જલ્દી જ નિરંતર શીખવાની આદત પડી જશે. થોડા સમય પછી, દરરોજ અને દર અઠવાડિયે શીખવાનું, વિકાસ કરવાનું અને તમારી યોગ્યતાઓને વધારવાનું કામ આપોઆપ અને સરળ બની જશે.

સરેરાશ વયસ્ત યુવાન દરરોજ લગભગ પાંચ કલાક ટી.વી. જુએ છે, ઘણા લોકો તો સાત-આઠ કલાક જુએ છે, તેઓ સવારે ઉઠીને જ ટી.વી. ચાલુ કરી દે છે અને ઓફિસે જાય ત્યાં સુધી જુએ છે, ઓફિસેથી ઘરે આવીને ફરીથી ટી.વી. ચાલુ કરી દે છે અને રાતના ૧૧-૧૨ વાગ્યા સુધી ટી.વી. જોતા રહે છે, જેથી તેમની પાસે સારી (નિદર) ઉંઘ માટે સમય જ રહેતો નથી, અને પછી તેઓ સવારે ઉઠીને ટીવીની સામે બેસીને કોફી પીવે છે. અને ત્યાં સુધી ટીવી જોતા રહે છે, જયાં સુધી ઓફિસે જવાનો સમય ન થઈ જાય.

તમે અમીર કે ગરીબ બની શકો છો – નિર્ણય તમારો છે.

તમારી ટી.વી. તમને ગરીબ કે અમીર બનાવી શકે છે. જો તમે દર સમયે ટી.વી. જોતા રહેશો, તો ગરીબ બની જશો. મનોવૈજ્ઞાનિકોએ સાબિત કર્યું છે કે તમે જેટલો સમય ટી.વી. જુઓ છો, એટલુ તમારૂ આત્મસન્માન અને ઉર્જા ઓછી થતી જાય છે. જો તમે કલાકો સુધી ટી.વી. જુઓ છો, તો અચેતન સ્તરે

તમે ખુદને વધારે પસંદ કરતા નથી અને આત્મસન્માન ઘટે છે. ખૂબજ વધારે સમય સુધી ટી.વી. જોવા વાળા લોકો જાડા થઈ જાય છે. વધારે સમય બેસી રહેવાથી વજનથી શરીર ફુલી જાય છે.

તમારી ટી.વી. તમને અમીર અથવા ગરીબ બનાવી શકે છે, પરંતુ ત્યારે જ જયારે તમે એને બંધ કરી દો છો. ટી.વી. બંધ કરી દેવાથી તમારો સમય બચી જાય છે, અને તે સમયનું રોકાણ કરીને તમે નિપુણ અને વધારે યોગ્ય બની શકો છો. જયારે તમે પરિવાર સાથે સમય વિતાવો છો ત્યારે ટી.વી.બંધ કરી દો છો અને વધારે વાત-ચીત કરો છો અને સંવાદ કરો છો અને હસો છો. લાંબા સમય માટે ટી.વી. બંધ રાખવાથી ટી.વી. જોવાની આદત છૂટી જાય છે. તમારી ટી.વી. તમારો ઉત્તમ સેવક પરંતુ નિરંકુશ માલિક છે. પસંદગી તમારી છે.

તમારી આવકમાં ૧૦૦૦ ટકા વધારો:-

અહીં સાત પગલાનો ફોર્મ્યુલા આપી રહ્યો છું. જેનો અમલ કરીને તમે આગળના ૧૦ વર્ષમાં ઉત્પાદકતા, પ્રદર્શન અને પરિણામોમાં આવકમાં ૧૦૦૦ ટકાના વાધારો કરી શકો છો. જેણે પણ આ પ્રયાસ કર્યો છે, તેને હંમેશા ફાયદો થયો છે અને આ સરળ છે. સૌથી પહેલા આ પ્રશ્નનો જવાબ આપો: શું તમે ઓફીસમાં કામ કરતા હોય ત્યારે એક દિવસમાં તમારી ઉત્પાદકતા, પ્રદર્શન અને પરિણામને ૧% ના દસમાં ભાગ એટલે કે 1/1000% વધારી શકો છો? ચોકકસથી તમે "હા" કહેશો. જો તમે સમયને યોગ્ય રીતે વાપરીને મહત્વપૂર્ણ કામ કરો, તો તમે ખૂબ સરળતાથી તમારા પરિણામને એક દિવસમાં 1/1000% ટકા વધારી શકો છો.

પહેલા દિવસે આ કરીને શું તમે બીજા દિવસે તમારૂ પરિણામ ૧% ના દસમાં ભાગ જેટલુ વધારી શકો છો? સ્પષ્ટ છે, જવાબ "હા" જ હશે. સોમવાર અને મંગળવારે આ પ્રદર્શનમાં 1/1000 ટકા વૃધ્ધિ કર્યા પછી, આ કામ તમે બુધવાર, ગુરૂવાર અને શુક્રવારે પણ કરી શકો છો? એકવાર ફરીથી જવાબ

"હા" છે. દર અઠવાડિયે અડધો ટકો, દરરોજના ૧%ના દસમો ભાગ એટલે કે પાંચ દિવસ (કામના એક અઠવાડિયા) માં અડધા ટકાની વૃધ્ધિ છે. શું સામાન્ય, બુધ્ધિમાન અને મહેનતી વ્યકિત એક અઠવાડિયામાં પોતાના પરિણામને અડધો ટકો વધારી શકે છે ? નિશ્ચિતરૂપથી આનો જવાબ "હા" છે.

પહેલા અઠવાડિયા પછી શું તમે બીજા અઠવાડિયામાં આ જ રીતે વ્યકિતગત વિકાસ કરી શકો છો? સપષ્ટ રીતે તમે આવુ કહી શકો છો. સોમવાર અને મંગળવારે આ પ્રદર્શનમાં 1/1000% ટકા વૃધ્ધિ કર્યા પછી, શું આ કામ તમે બુધવાર, ગુરૂવાર અને શુક્રવારે પણ કરી શકો છો? એક વાર ફરીથી જવાબ "હા" છે.

દર અઠવાડિયે અડધો ટકો:–

દરરોજના ૧%નો દસમો ભાગ એટલે કે પાંચ દિવસ (કામના એક અઠવાડિયા) માં અડધા ટકાની વૃધ્ધિ. શું સામાન્ય, બુધ્ધિમાન અને મહેનતી વ્યકિત એક અઠવાડીયામાં પોતાના પરિણામને અડધો ટકો વધારી શકે છે? નિશ્ચિતરૂપથી આનો જવાબ "હા" છે.

પહેલા અઠવાડિયા પછી, શું તમે બીજા અઠવાડીયામાં આ જ રીતે વ્યક્તિગત વિકાસ કરી શકો છો? સ્પષ્ટ રીતે તમે આવુ કરી શકો છો.

શું તમે આખો મહિનો આવું કરી શકો છો? જો તમે આવું કરી લો છો, તો તેનો અર્થ એ થયો કે તમે ચાર અઠવાડિયા સુધી અડધા-અડધા ટકાનું પ્રદર્શન વધારે કરી શકો છો, એટલે કે એક મહિનામાં તમારી ઉત્પાદકતા ૨% વધી જાય છે.

વર્ષમાં ચાર અઠવાડિયાના ૧૩ મહિના હોય છે. (૪×૧૩ = ૫૨) એક મહિનામાં ૨% વધારે સારૂ બન્યા બાદ, શું તમે બીજા મહિને પણ આ કામ કરી શકો છો? અને ત્રીજે મહિને ? ચોથે મહિને? અને એનાથી આગળ?

દર વર્ષ ૨૬% વધુ સારૂ :-

સ્પષ્ટ છે. તમે આ કરી શકો છો. પોતાના પર દરરોજ થોડી મહેનત કરીને નવી કુશળઓ શીખીને, તમારા પ્રમુખ કાર્યોમાં નિપુણ બનીને, પ્રાથમિકતાઓ નકકી કરીને અને વધુ મૂલ્યવાન પ્રવૃત્તિઓ પર ધ્યાન કેન્દ્રિત કરીને, તમે એક વર્ષમાં ૨૬% વધુ ઉત્પાદક બની શકો છો.

એક વર્ષ આ લક્ષ્ય પ્રાપ્ત કરીને, શું તમે બીજા અને પછી ત્રીજા વર્ષે પણ આ કરી શકો છો? શું તમે દસ વર્ષે સુધી આ સતત કરી શકો છો? જવાબ "હા" છે. સૌથી મહત્ત્વની વાત એ છે કે, જયારે તમે ખૂદ કામ કરવા લાગો છો, તો સમય વિતવાની સાથે-સાથ વધુ સારૂં પ્રદર્શન કરવાનું તમારા માટે સરળ બની જાય છે.

સંગ્રહ અને ક્રમિક સુધારણાના નિયમ મુજબ, બાર મહિના પછી તમે ૨૬% વધુ સારા બની જશો. જો તમે દર વર્ષે ૨૬% સુધારો કરતા રહેશો, તો દસ વર્ષે પછી ચક્રવૃધ્ધિ થી તમારી ઉત્પાદકતા ૧૦૦૦% સુધી વધી જશે. તમારી આવક પણ આ જ દરથી વધશે. આ ફોર્મ્યુલા કામ કરે છે. જેથી તમે તેના ઉપર કામ કરો.

શિખર સુધી પહોચવાના સાત પગલા :- ૧૦૦૦% ના ફોર્મ્યુલાના સાત પગલા આ પ્રમાણે છે.

પગલુ - ૧ :-

તમારી પહેલી એપોઇન્ટમેન્ટ અથવા ઓફિસે જવાના નિશ્ચિત સમયથી બે કલાક પહેલા ઉઠો પહેલી કલાકમાં શૈક્ષણિક, પ્રેરક અથવા આધ્યાત્મિક સામગ્રી વાંચીને તમારામાં રોકાણ કરો. "પહેલી કલાક જ આખા દિવસની દિશા નકકી કરે છે."

જ્યારે તમે ઉઠીને જ પોતાના માં એક કલાક રોકાણ કરો છો, તો તમે સારા દિવસની માનસિક તૈયાર કરો છો, આ રોકાણથી તમે દિનભર વધારે સકારાત્મક, ચુસ્ત અને રચનાત્મક, ઉત્પાદક રહો છો.

તમારા ક્ષેત્રમાં દરરોજ એક કલાક વાંચવાનો અર્થ છે કે, અઠવાડિયાની લગભગ એક પુસ્તક વાંચી શકાય છે., ૧૨ અઠવાડિયે ૧૨ પુસ્તકો, મતલબ દર વર્ષ લગભગ ૫૦ પુસ્તકો. સરેરાશ વાંચનકર્તાઓ દર વર્ષે એકથી ઓછી નોન-ફિકશન પુસ્તક વાંચે છે, તો, જો તમે તમારા ક્ષેત્રમાં દર વર્ષે ૫૦ પુસ્તકો વાંચો છો, તો શું તમને તમારા વ્યવસાયમાં મદદ મળશે? શું તમે વિચારો છો કે એનાથી તમે બીજા લોકોથી આગળ નીકળી જશો? સ્પષ્ટ છે કે, એવું જ થશે.

જો તમે ૧૦ વર્ષ માટે સતત એક વર્ષમાં ૫૦ પુસ્તકો વાંચો છો, તો કુલ મળીને ૫૦૦ પુસ્તકો વાંચી લો છો. જેથી તમારી ઉત્પાદકા, પ્રદર્શન અને આવક સારી થશે, જુઓ ઓછામાં ઓછું એક મકાન તમારે તમારી પુસ્તકો રાખવા જરૂરત પડશે. તમારી પાસે એક મકાન ખરીદવાના પૈસા પણ હશે.

દરરોજ એક કલાક તમારા ક્ષેત્રને લગતી બુક વાંચવાથી તમે ૩ થી ૫ વર્ષમાં રાષ્ટ્રીય વિશેષજ્ઞ બની જશો. ખાલી આ તથ્યથી તમારા કેરિયરમાં ૧૦૦૦%ની વૃધ્ધિ થઈ શકે છે.

પગલુ-૨

તમારો શ્રેય દિવસમાં બે વાર લખો છો, તો તમે દિવસભર એ ધ્યેય સુધી પહોંચવાના રસ્તાઓ શોધશો અને એ વિશે વિચારશો. તમે વધારે એકાગ્રચિત, અનુશાસિત અને નિર્દશિત બની જશો. તમે વધારે ઉદેશ્યપૂર્ણ અને સંકલ્પવાન બની જશો. આટલું જ નહીં, તમે તમારા ધ્યેય સુધી ઝડપથી પહોંચી જશો. જો ધ્યેયની જગ્યાએ ઈચ્છા હોત, તો એવું ન હોત.

દરરોજ આપણા વ્યકિતગત ધ્યેય લખવાથી દસ વર્ષમાં તમારી આવક 1000% વધી જશે.

પગલું-૩

આખા દિવસની યોજના પહેલેથી બનાવી લો. એક યાદી બનાવો અને કામ શરૂ કરતા પહેલા પ્રાથમિકતાઓ નક્કી કરવાથી અને સૌથી મહત્વપૂર્ણ કામ સૌથી પહેલાથી નક્કી કરવાની યોગ્યતા એક એવી ચાવી છે જેનાથી જીવન વ્યવસ્થિત થાય છે અને ઉત્પાદકતા બેગણી થાય છે. તમારા શીર્ષસ્થ પ્રાથમિક્તાઓ પર કામ કરવાથી તમારી આવક દસ વર્ષોમાં 1000% વધી શકે છે. જો તમે પ્રાથમિકતાઓ નક્કી ન કરો અથવા એના મુજબ કામ નથી કરતા, તો સફળતા સંભવ નથી.

પગલું-૪

અનુશાસિત થઈને કોઈ એક કાર્ય પર એકાગ્ર થઈ જાઓ. દરરોજ તમે જે સૌથી મહત્વપૂર્ણ કામ કરી શકો છો, એની પસંદગી કરો. પછી સૌથી પહેલું કામ તે જ કરો અને ત્યાં સુધી કરતાં રહો, જયાં સુધી એ પૂર્ણ ન થઈ જાય. એકાગ્ર અને કેન્દ્રિત થઈ જવાની ક્ષમતાને જયારે નિખારીને તમે આદત બનાવી લો છો, ત્યારે ખાલી એનાથી તમારી ઉત્પાદકતા, પ્રદર્શન અને પરિણામ આગળના મહિનાના અંત સુધીમાં બે ગણા થઈ શકે છે. અને દસ વર્ષમાં 1000% વૃધ્ધિ સરળતાથી સંભવ થઈ જાય છે.

પગલું –૫

ગાડી ચલાવતી વખતે શૈક્ષણિક ઓડિયો પ્રોગ્રામ્સ સાંભળો, સરેરાશ વ્યવસાયી દર વર્ષમાં 500- 1000 કલાક ગાડીમાં મુસાફરી કરે છે. તમારી ગાડીને "યુનિવર્સિટી ઓન વ્હીલ્સ" અથવા "મોબાઈલ કલાસરૂમ" માં

પરિવર્તિત કરવાથી જબરદસ્ત અસર થાય છે. એનો અર્થ એ છે કે તમે ગાડી ચલાવતા-ચલાવતા જ યુનિવર્સિટીના એક—બે સેમેસ્ટર પૂરા કરી લીધા.

ઘણા લોકો ગાડી ચલાવતી વખતે શૈક્ષણિક પ્રોગ્રામ્સ સાંભળીને કંગાળથી કરોડપતિ બની ગયા છે. તમે પણ આ કરી શકો છો. કેવળ આના પરિણામથી જ તમારામાં ૧૦૦૦% વૃધ્ધિ થઈ શકે છે.

પગલું-૬

દરેક કોલ અથવા ઘટના પછી બે જાદુઈ સવાલ પૂછો. સૌથી પહેલો તો ખુદને પૂછો "મે શું સાચું કર્યું?" પછી પૂછો "હું શું અલગ કરી શકીશ?"

"મે શું સાચુ કર્યું?" આ સવાલથી તમે યાદ કરવા વિવશ થશો કે અગાઉની બેઠક, પ્રસ્તુતિ અથવા ઘટનામાં કઈ-કઈ ચીજો સાચી કરી હતી. એ લખી લો. બીજો સવાલ "હું શું અલગ કરીશ?" આ સવાલથી તમે એવા રસ્તાઓ વિચારવા વિવશ થશો, જેનાથી તમે એ જ પરિસ્થિતિમાં તમારા પ્રદર્શનને બીજી વખત વધારે સારું બનાવી શકો. આ વિચારોને પણ લખી લો.

તમારા પ્રદર્શનને બે વખત સમીક્ષા કરો. સાચા કામો અને અલગ રીતે કરેલા કામો વિશે વિચારીને તમે આગળના સારા પ્રદર્શન માટેની તૈયારી કરી લો છો. આ વ્યક્તિગત ઉન્નતિનો બહુ જ તીવ્ર અને શકિતશાળી અભ્યાસ છે. આનાથી શીર્ષસ્થના ૨૦% લોકોના સમૂહમાં પહોંચવાની તમારી સંભાવના ખૂબ વધી જાય છે.

પગલું –૭:

દરેક વ્યક્તિને મિલિયન ડોલરનો ગ્રાહક માનીને વ્યવહાર કરો. જે કોઈ વ્યકિતને તમે મળતા હોય અથવા સાથે કામ કરતા હોય, ભલે ઘરમાં હોય કે ઓફિસમાં, એની સાથે એનો વ્યવહાર કરો કે તે દુનિયાનો સૌથી મુલ્યવાન માણસ છે. જયારે તમે લોકોને મૂલ્યવાન અને મહત્વપૂર્ણ સમજીને વ્યવહાર

કરો છો, ત્યારે તેઓ પણ તમારી સાથે એવો જ વ્યવહાર કરશે. તેઓ તમારી સાથે રહેવા માંગશે, તમારા કામ કરવા માંગશે, તમારા સામાન ખરીદવા માંગશે અને તેમના મિત્રોથી તમને મળાવવા માંગશે.

તમે લોકોની સાથે મિલિયન ડોલરવાળા ગ્રાહકની જેમ વ્યવહાર ક્યાંથી શરૂ કરશો? તમારા પરિવારના સભ્યોથી. એ ન ભૂલશો કે એ તમારા જીવનમાં સૌથી મહત્વપૂર્ણ વ્યકિતઓ છે. જયારે તમે સવાર સવારમાં સૌથી પહેલા તમારા પરિવારના સભ્યોને મહત્વપૂર્ણ અનુભવ કરાવો છો અને તેમના પ્રત્યે તમારો પ્રેમ બતાવો છો, તો તમે દિનભર સકારાત્મક, આરામદાયક અને હળવા રહેશો.

તમારી ૮૫% સફળતા એના પર આધાર રાખે છે કે લોકો તમને કેટલા પસંદ કરે છે અ ને તમારું કેટલું સન્માન કરે છે? વિશેષરૂપથી વ્યવહાર અને વેચાણના ક્ષેત્રમાં લોકોની સાથે સારો વ્યવહાર કરવાનો એક પણ મોકો ન છોડશો.

જયારે તમે એક મહિના સુધી આ સાત પગલાઓનો અભ્યાસ કરશો, તેના પછી તમારા જીવનમાં, કામકાજમાં અને આવકમાં એવું પરિવર્તન અને સુધારો જોશો કે તમે ખૂદ આશ્ચર્યચકિત થઈ જશો. એક મહિના ના નિયમિત અભ્યાસ પછી, તમને સતત વ્યકિતગત સુધારણાની આદત પડી જશે, જે તમને જીવનમાં આગળ અને ઉપર લઈ જશે.

સર્વશ્રેષ્ઠ બનો

ખુદને આજીવન વિકાસ અને વ્યકિતગત ઉત્કૃષ્ટતા માટે સમર્પિત કરી દો . એમાં જબરદસ્ત સમર્પણ, અનુશાસન અને ઈચ્છાશક્તિની જરૂર છે, પરંતુ તેના અસંખ્ય લાભ છે. સૌથી મોટો લાભ એ છે કે જયારે તમે કોઈ નવી ચીજ શીખો છો અને તેના પર અમલ કરો છો, ત્યારે તમારૂ મગજ એડોર્ફિન્સ નામનું રસાયણ છોડે છે. આ રસાયણથી તમે ખુશી મહેસૂસ કરો છો, અને તમે ભવિષ્ય વિશે રોમાંચિત થઈ જાઓ છો.

જ્યારે તમે કંઈપણ નવું શીખો છો અને તેના પર "અમલ" કરો છો, તો દર વખતે તમને શક્તિશાળી બનવાનો અહેસાસ થાય છે. તમારા આત્મસન્માન, સ્વાભિમાન અને આત્મગૌરવમાં વૃધ્ધિ થશે, તમને તમારી કમાવાની યોગ્યતા પર વધારે નિયંત્રણ મહસૂસ થશે, જે તમારા જીવનનો એક મહત્વપૂર્ણ ભાગ છે.

ઘણા લોકો પોતાના ડર અને શંકાઓના કારણે જીવનમાં પાછળ રહી જાય છે. મોટાભાગે આપણે એ તો જાણીએ છીએ કે આપણે શું કરવુ જોઈએ, પરંતુ આપણે કોઈ નવી ચીજથી દૂર રહીએ છીએ અને કામ ન કરવા માટે બહાના બનાવીએ છીએ.

કાર્ય અભ્યાસ :-

(૧) આજે જ પોતાનામાં રોકાણ કરો અને નિરંતર યોગ્ય બનવાનો નિર્ણય લો, જેમ કે તમારૂ ભવિષ્ય એના પર જ નિર્ભર હોય, કારણ કે એ સાચે જ નિર્ભર છે.

(૨) તમારી સૌથી મહત્વપૂર્ણ યોગ્યતાઓને ઓળખો, જેનાથી ઓફિસમાં મળતા પરિણામોની ગુણવત્તા અને માપ નકકી થતી હોય છે, પછી, દરેક મહત્વપૂર્ણ યોગ્યતામાં નિપુણ થવાની યોજના બનાવો.

(૩) જો તમે જાદુની છડીને લહેરાવીને કોઈ એક કુશળતામાં પૂરી રીતે ઉત્કષ્ટ બની શકો, તો એ કઈ કુશળતા છે, જે તમારી કમાવવાની ક્ષમતા પર સૌથી વધુ પ્રભાવ પાડી શકે છે? તમારો જવાબ જે કંઈ પણ હોય, કુશળતામાં ઉત્કૃષ્ટ બનવાનું ધ્યેય બનાવો, એની યોજના બનાવો અને દરરોજ યોજના મુજબ કામ કરો.

(૪) તમારા કામમાં ઉત્કૃષ્ટ બનવાનો ધ્યેય બનાવો અને પછી સટીકતાથી નકકી કરો કે તમારા ક્ષેત્રના શીર્ષસ્થ ૨૦% લોકોના સમૂહમાં શામિલ થવા માટે તમારે દરરોજ શું કરવું જોઈએ?

(૫) ત્રણથી પાંચ વર્ષ સુધી આગળ જોઈને એ અનુમાન લગાવો કે ભવિષ્યમાં તમારા ક્ષેત્રમાં અગ્રણી રહેવા માટે તમારે કયા નવા જ્ઞાન અને કુશળતાની જરૂર પડશે. પછી આજથી જ તે શીખવાનું શરૂ કરી દો.

(૬) તમારા ક્ષેત્રના કોઈ શ્રેષ્ઠ વ્યકિતને પસંદ કરો, જેની તમે સૌથી વધારે કદર કરતા હોય, એને તમારી પ્રગતિના રોલ મોડેલ બનાવી લો.

(૭) આજે જ આજીવન જ્ઞાનાર્જનની પ્રક્રિયાને સમર્પિત થઈ જાઓ, કોઈપણ ક્ષેત્રમાં બેહતર બન્યા સિવાય એક પણ દિવસ જવા ન દો.

// મેડિટેશન //

મેડિટેશન, તમને એવો વિચાર આવતો હશે કે, બિઝનેશમેન ટ્રેડર અને ઇન્વેસ્ટર બનવાનું છે. સંત નહીં, તો મેડિટેશનનું શું કામ?

પણ જો તમારે કંઈ પણ બનવું હોય, તમે તમારા માઈન્ડને જેટલો ખોરાક આપશો તે તેટલું જ કામ કરશે તમે દુનિયાના ટોપ ૧૦% લોકોમાંથી કોઈને પણ લઈ લ્યો, તે કોઈને કોઈ રૂપે મેડિટેશનનો ઉપયોગ કરે જ છે.

ખૈર, હું અહીં તમને દુનિયા ભરનું જ્ઞાન જાણવાનું નથી કહેતો, ફક્ત તમને અહીં બે સિમ્પલ મેડિટેશન આપવા માંગું છું. જે માત્ર ૧૫ મિનિટમાં થઈ જશે, અને વિશ્વાસ કરો, જો તમે તેને માત્ર ૯૦ દિવસ કરી લીધુ, તો તમારા જીવનમાં તમે ૧૮૦ ડીગ્રી બદલાય જશો, જો તમારે તેમના વિશે વધુ જાણવુ હોય, તો યુ-ટયુબ પરથી માહિતી મેળવી શકો છો.

મોરનિંગ મેડિટેશન:

(1) Silvasa Mediation

આમ તો મેડિટેશન સ્કૂલ કોલેજ વિજ્ઞાનની શોધ સૌથી પહેલા આપણા દેશના રૂશિ મૂનિઓ એ જ કરી હતી પણ આજે આ **Silvasa Meditation** અમેરીકન **Silvasa Meditation** ના નામેથી ઓળખાય છે. આ મેડિટેશનને સવારે જાગતાનીં સાથે જ કરવાનું હોય છે. જેમાં માત્ર ૫ મિનિટ જ લાગશે.

સૌથી પહેલા ટાઇટ બેસી જાવ. પછી ૧૦ થી ૧૨ ઊંડા શ્વાસ લો, ત્યારબાદ તમારી બંને આંખોને ૨૦ ડીગ્રી ઉપરની તરફ રાખી બંધ કરો. તમારું પૂરું ધ્યાન તમારા માથાના સેન્ટર પોઇન્ટ પર રાખો અને પછી ૧૦૦ થી ૦ સુધી રીર્વસ ગણતરી ચાલુ કરો, ૧૦૦ પછી બે સેકન્ડ સ્ટોપ, પછી ૯૯ તે રીતે ૦ સુધી જાવ દસ દિવસ પછી ૬૦ થી ૦ તે રીતે ૩૦ થી ૦ આ સાવ સરળ રીત છે, અને જો તમે વધુ માહીતી જોઇતી હોય તો યુટયુબ અથવા ગુગલ પરથી મેળવી શકશો.

[2] Om Meditation .

આ મેડિટેશનને સાંજે સુતા પહેલા કરો. "ઓમ" "ઓમ" ને ૨૧ વખત કરો અને સાવ નિરાંતે કરો. આ મેડિટેશનમાં માત્ર ૧૦ કે ૧૫ મિનિટ લાગશે તમે માત્ર ૨૧ દિવસ સુધી કરો તમારા જીવનમાં બદલાવ તમને ખૂદ ને દેખાવા લાગશે.

પૈસા અને રોકાણ અમીરી અને ગરીબી

અમીર વધુ અમીર અને ગરીબ વધુ ગરીબ કેમ ?

ફરક ખૂબ જ નાનો છે.

પણ તેનુ પરિણામ ખૂબ જ મોટુ છે.

અમીર માણસ તેના પૈસા પાસે કામ કરાવે છે, જયારે ગરીબ માણસ પૈસા માટે કામ કરે છે.

ગરીબીથી અમીરી તરફ કેમ જવું?

વધુ જટિલ નથી. ગરીબ હોવુ પાપ પણ નથી, પણ ગરીબીમાં જ મરી જવું તે પાપથી ઓછું પણ નથી.

સ્વાભાવિક છે, રાતોરાત તો તમે અમરી નહિ બની જાવ, પણ હા, જો તમે ધારો તો એક દિવસ તમે તે જરૂર થી બની જશો.

અમીર બનવાનો સૌથી સેહલો રસ્તો કયો?

(૧) પૈસા બચાવતા શીખો.

(૨) તમારા પૈસા પાસે કામ કરાવતા શીખો.

(૩) તમારા પૈસા પર થોડું જોખમ લ્યો.

(૪) રિસ્ક ના લેવો તે ખુબ મોટો રિસ્ક છે.

(૫) તમારા પૈસાના એક એક સિકકાને બીજાના રૂપમાં જૂઓ.

(૬) તેનું શેર, બોન્ડ, ઇટીએફ, મ્યુચ્યુલ ફંડ, જેવી જગ્યાએ વાવેતર રુપે રોકાણ કરતા શીખો.

(૭) પૈસાથી પૈસા કમાતા શિખો

(૮) તમારા મગજ ને અમીર બનાવો. મોટા સપના ન જુઓ, મોટો ધ્યેય રાખો, સપના તો સપના જ હોય છે. તે તો તૂટી જાય છે.

અમીર માણસોની આદતો :-

- તે તેના પૈસા પાસે કામ કરાવે છે.
- તે પોતાના માટે ખર્ચ સમજી વિચારીને કરે છે.
- તે અમીર દેખાય પર કોઈ ખર્ચ કરતા નથી.
- પૈસા, વ્યાપાર અને રોકાણને લગતા પુસ્તકો વાંચે છે.
- લોકો શું કહેશે તેનાથી તેને ફરક નથી પડતો
- તેઓ તેના બાળકોને પૈસા વિષે શિખવે છે.
- તે સાહસિક હોય છે.
- તે કંઈક નવું કરવામાં વિશ્વાસ કરે છે.

- તે કંઈક નવું શિખવા માટે આતુર હોય છે.
- તે પૈસાનું પહેલા રોકાણ કરે છે અને તે પછી ખર્ચ કરે છે.
- જયાં પણ તેને સમભાવના દેખાય ત્યાં તે પોતાનું સાહસ દેખાડે છે. અને તેમાં પોતાના પૈસા અને શક્તિનું રોકાણ કરે છે.
- તે પૈસા, વ્યાપાર અને રોકાણ વિશે હમેંશા શિખતા રહે છે.
- તે આઝાદ રહે છે.
- તે પોતાની જાત સાથે વફાદાર રહે છે. તેને શું જોઈએ છે તેનો તે ખ્યાલ રાખે છે.

ગરીબ માણસની આદત :

- પૈસા માટે કામ કરે છે.
- પહેલા ખર્ચ કરે છે, અને પછી વિચારે છે.
- મિર દેખાવવા માટે ખર્ચ કરે છે.
- લોકો શું કહેશે તે ખૂદ વિર્ચાયા કરે છે.
- સાહસ કરવાની હિંમત નથી કરતાં.
- તેઓ નવી વસ્તુ કરવાથી ડરે છે, તેમના બાળકોને નોકરી માટે જ શીખવે છે. બદલાવથી ડરે છે અને કશું નવું શિખવાનો પ્રયત્ન નથી કરતા.
- ભવિષ્ય માટે તે પૈસાનું ક્યાંય પણ રોકાણ નથી કરતા.
- જોખમ લેવામાં વિશ્વાસ નથી રાખતાં.
- પૈસા, વ્યાપાર અને રોકાણ વિશે કશું શિખતાં નથી અને પોતાની જાતને પિંજરામાં પૂરી રાખે છે. તેનો કોઈ ધ્યેય નથી હોતો, માત્ર લાગણીઓ અને આશાઓ પર જીવન વિતાવે છે અને સમગ્ર જીવન બરબાદ કરી નાખે છે.

આપણે શું કરી શકીએ.

-તમારી પાસે ત્રણ રસ્તા છે.

૧. તમે જેટલુ કમાવો છો, તેમાં જીવવાની આદત પાળી લો.

૨. તમારી આવકમાં વધારો કરવા માટે કંઈક કરો, શિખો.

3. તમારા ખર્ચ પર નિયંત્રણ મેળવો અને રોકાણ કરતા શિખો.

આ કરવાથી ફરક શું પડશે.

- ❖ કાં તો તમે આખી જીંદગી પૈસા માટે કમરતોડ મહેનત કરતા રહેશો
- ❖ કાં તો તમે તમારા પૈસા પાસે મહેનત કરાવશો.
  - તમે આજે જ નકકી કરો કયો રસ્તો અપનાવવો છે.
  - યાદ રાખો ખાલી નકકી નથી કરવાનું.
  - તેના માટે કામે લાગી જાવ.
  - તમારા પૈસાને કામે લગાડો.

જે નિર્ણય પર તમે અમલ નથી કરતાં, તે નિર્ણય મૂલ્યહીન થઈ જાય છે. તેમાં કોઈ શક્તિ રહેતી નથી.

અમલીકરણ ખૂબજ જરૂરી છે.

અમીર માણસ મોટુ વિચોર છે, જલ્દી વિચારે છે.

તે માત્ર વિચાર તો જ નથી તે તેના પર અમલ પણ કરે છે.

તમારા વિચારો માત્ર વિચાર જ ના રહી જાય, તેનું ધ્યાન રાખો.

જીવનમાં ક્યારેક હોશિયાર કરતાં સાહસિક વધુ આગળ નીકળી જાય છે.

અમીર માણસ પોતાના પૈસાને ૨૪ કલાક ૩૬૫ દિવસ કામમાં લગાડે છે.

અમીર માણસ રૂપિયાનો એક એક સિકકાને બિજના રૂપમાં જોવે છે. અને તેનું વાવેતર (રોકાણ) કરે છે. તે એકમાંથી અનેક બનાવે છે. અને તે આ કામ રીપીટ પર રીપીટ કર્યા જ રાખે છે. તેથી અમીર વધુ અમીર બને છે.

ઘણીવાર આર્થિક મુશ્કેલીનું કારણ એ હોય છે કે, લોકો જીવનભર બીજા કોઈ માટે કામ કરે છે.

આ એક વાસ્તવિક્તા છે. અહીંયા બધા મહાન નથી બની શકતા, પણ તમે આજે છો તેનાથી સારા (બેસ્ટ) જરૂર બની શકો છો.

ગરીબ માણસ રોકાણ કરીને મોટો માણસ બનવાનું તો વિચારે છે, પણ તે રોકાણ જ નથી કરી શક્તો. તેને તેનો ડર રોકી રાખે છે.

સમજ સાથે જે કામ કરે છે તેમની સાથે કિસ્મત પણ ખંભે ખંભો મિલાવીને ચાલે છે.

અમીર માણસ નિષ્ફળતાથી નથી ડરતો. તે તેમાંથી કશુંક શીખે છે અને ફરીથી શરૂઆત કરે છે.

ગરીબ માણસ શરૂઆત કરતા પહેલા જ નિષ્ફળતાથી ડરીને બેસી જાય છે.

સાહસ વગર નો સણો, ના ભાંગે

હિંમ્મતની કિંમત છે, આ આપણે બધાએ સાંભળ્યું છે, પણ હિંમત કરે તેવા ખૂબજ ઓછા લોકો છે, તમે પણ કરી જૂઓને શું ખબર કાલ તમે પણ કિંમતી થઈ જાવ.

ના થઈએ તો?

તો તમે કિંમતી કેમ થવાય તે શિખીને તો આવસો જ.

પરિસ્થિતિ તમને કાબુ કરી લે તે પહેલા તમે પરિસ્થિતિને કાબુમાં કરી લ્યો.

આજથી જ રોકાણ કરવાની ટેવ પાડો અને તેના વિશે શીખતા રહો. પૈસા તમને તે જ બનાવે છે, જે તમારા વિચારો છે.

અમીરી = ગરીબી

અહીંયા તમે ધારો તો બદલાવ કરી શકો છો. તેના પર કોઈની પાબંદી નથી, સિવાય તમારા.

કોઈપણ સફળ માણસને જુઓ તો માત્ર તે અત્યારે જે દેખાય છે તે ન જુઓ, તેની પાછળ જુઓ તે માણસ કેટલી વખત નિષ્ફળ ગયો હશે, કેટલી મહેનત કરી હશે, કેટલા સાહસો કર્યા હશે, કેટલીય પરિસ્થિતિનો સામનો કર્યો હશે એ બધું જોશો તો તમને ખ્યાલ આવશે તમે શું નથી કરતા અને તમારે શું કરવું જોઈએ.

દુનિયાના ૮૦% અમીર માણસો તેના શરૂઆતી જીવનમાં ગરીબી અને ખુબજ ખરાબ પરિસ્થિતિઓમાંથી પસાર થઈને આવ્યા છે. તમે પણ હિંમત કરી જૂઓ.

સફળતાઓ માટે શું કરવું જોઈએ.

સૌથી પહેલા તો નિર્ણય લો, તમારો ધ્યેય નકકી કરો અને કોઈ એક સફળ વ્યક્તિને તમારો ગુરૂ બનાવો.

હવે તમારી જાત સાથે વફાદાર થઈ જાવ,

તમારી જે પરિસ્થિતિ હોય તે લખો. યાદ રાખો, પોતાની જાત સાથે વફાદારી સિવાય તમે સફળ નહીં થઈ શકો. ત્યારબાદ તેમાં શું બદલાવ કરવા જોઈએ તે લખો. હવે અત્યારે અને આજે જ તેના માટે જે કરી શકતા હોય તે કરો. પછી તમારા ધ્યેય માટે જે કરવુ પડે તે લખો અને શરૂઆત કરી દો. રોજ બે કલાક તમારા ધ્યેય માટે કામ કરો. તેના માટે શીખતા રહો, પુસ્તકો વાંચો, યુ-ટયુબ પર જૂઓ, તમને જ્યાં પણ મોકો મળે ત્યાંથી તમે શીખો. વફાદાર થઈ મહેનત કરો. એક દિવસ તમે પણ તમારા ધ્યેયને પામી લેશો. ચડાવ-ઉતાર તો આવશે પણ યાદ રાખો તમારે સતત ચાલતુ રહેવાનુ છે.

// સ્ટોક માર્કેટ //

નિફટી - ફીફટી શું છે?

નિફટી-ફીફટીએ બેન્ચમાર્ક ભારતીય શેર બજાર ઈન્ડેક્સ છે, જે નેશનલ સ્ટોક એકસચેન્જમાં સૂચિબધ્ધ સૌથી મોટી ભારતીય કંપનીઓમાંથી ૫૦ ની વેઈટેડ એવરેજ દર્શાવે છે. તે ભારતમાં વપરાતા બે મુખ્ય સ્ટોક ઇન્ડેક્સમાંથી એક છે. નિફટી-ફીફટીએ ૫૦ સૌથી વધુ લોકપ્રિય લાર્જ કેપ શેરોનો ઉલ્લેખ કરે છે, જે ૧૯૬૦ અને ૧૯૭૦ના દાયકામાં ઉચ્ચ મૂલ્યાંકન પર વેપાર કરતા હતા. તેમના સાબીત વૃધ્ધિ દર રેકોર્ડ અને ડીવિડન્ડમાં સતત વધારાને કારણે, નીફટી-ફિફટીને એક નિર્ણાયક ઈન્ડેક્સ તરીકે જોવામાં આવી હતી.

સેન્સેક્સ શું છે?

સેન્સેક્સ S&P BSE સેન્સેક્સ ઈન્ડેકક્ષ તરીકે ઓળખાય છે. તે ભારતના BSEનું બેન્ચમાર્ક ઇન્ડેક્સ છે, જે અગાઉ બોમ્બે સ્ટોક એક્સચેન્જ તરીકે ઓળખાતું હતું. સેન્સેકસમાં BSE પર સૌથી મોટી અને સૌથી વધુ ટ્રેડ થયેલા 30 શેરોનું સમાવેશ થાય છે. જે ભારતની અર્થવ્યવસ્થાનું માપન આપે છે. દર વર્ષ જૂન

અને ડિસેમ્બરમાં ઇન્ડેક્સની રચનાની સમીક્ષા કરવામાં આવે છે. ૧૯૮૬ માં બનાવવામાં આવેલ સેન્સેક્સ એ ભારતનો સૌથી જૂનો સ્ટોક ઇન્ડેક્સ છે. વિશ્લેષકો અને રોકાણકારો તેનો ઉપયોગ ભારતના અર્થતંત્રના ચક્ર અને ચોકકસ ઉદ્યોગોના વિકાસ અને પતનનું નિરીક્ષણ કરવા માટે કરે છે.

DMAT ACCOUNT (બ્રોકર)

ડીમેટ એકાઉન્ટ જેને ડીમટીરિયલાઈસ્ડ એકાઉન્ટ તરીકે ઓળખાય છે. તે એક પ્રકારનું એકાઉન્ટ છે, જે તમારા શેર અને સિક્યોરીટીઝ ને હોલ્ડ અને રેકોર્ડ કરે છે. તે સિક્યોરીટીઝ અને એક્સચેન્જ બોર્ડ ઓફ ઈન્ડિયા (સેબી) દ્વારા ફરજિયાત છે.

NSE એટલે શું?

NSE એટલે નેશનલ સ્ટોક એક્સચેન્જ. કોઈપણ શેરને ખરીદવા કે વેચવા માટે NSEને પસંદ કરવી જોઈએ.

BSE એટલે શું?

BSE એટલે બોમ્બે સ્ટોક એક્સચેન્જ. જે શેર NSEમાં લીસ્ટેડ ન હોય તેના માટે ઉપયોગ કરો.

CHART શેમાં જોવો ?

CHART જોવા માટે અને ટેકનિકલ વિશ્લેષણ કરવા માટે **TRADING VIEW** સૌથી બેસ્ટ છે. તેમાં તમને આખા વિશ્વના તમામ સ્ટોક, કરન્સી, ક્રિપ્ટોકરન્સી બધુજ એકજ પ્લેટફોર્મ પર મળી રહે છે અને તમે તેમાં ઘણીબધી પ્રકારના Indicator નો Free માં ઉપયોગ કરી શકો છો.

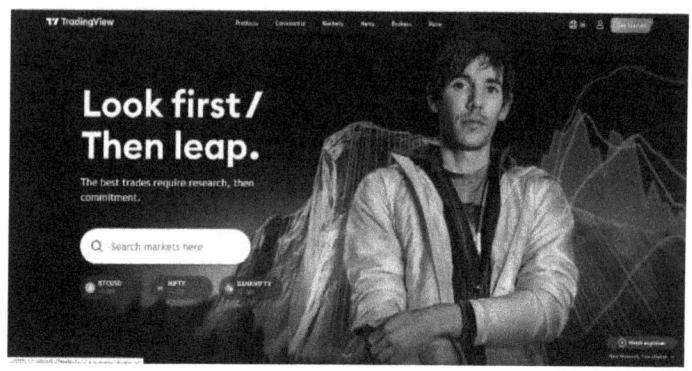

શેર એટલે શું ?

શેર એ સામાન્ય શબ્દ છે. જેનો ઉપયોગ કોઈપણ કંપનીના માલિકી પ્રમાણપત્રોનું વર્ણન કરવા માટે થાય છે. ચોકક્સ કોઈ કંપનીના શેર પ્રમાણપત્રના સંદર્ભ આપે છે. કોઈ ચોકકસ કંપનીના શેર રાખવાથી તમે તેના શેરહોલ્ડર બની શકો છો.

IPO એટલે શું ?

ઈનિશિયલ પબ્લિક ઓફરિંગ (IPO) એ ખાનગી કોર્પોરેશનના શેર જાહેર જનતાને નવા શેર (સ્ટોક) ઈશ્યુમાં ઓફર કરવાની પ્રક્રિયાનું સંદર્ભ આપે છે. જાહેર શેર ઈસ્યુ કરવાથી કંપનીને જાહેર રોકાણકારો પાસેથી મૂડી એકત્ર કરવાની મંજૂરી મળે છે. ખાનગીમાંથી જાહેર કંપનીમાં સંકુચન એ ખાનગી રોકાણકારો માટે તેમનાં રોકાણમાંથી સંપૂર્ણ લાભ મેળવવા માટે એક મહત્વપૂર્ણ સમય હોઈ શકે છે, કારણ કે તેમાં સામાન્ય રીતે વર્તમાન ખાનગી રોકાણકારો માટે શેર પ્રીમિયમનો સમાવેશ થાય છે. તે જાહેર રોકાણકારોને ઓફરમાં ભાગ લેવાની પણ મંજૂરી આપે છે.

શું આપણે NSE અને BSE બંનેમાં શેરોની ખરીદી કરી શકીએ ?

તમે શેરોમાં રોકાણ કરવા માટે જે એકસચેન્જ પસંદ કરો છો, તેનાથી કોઈ ફરક પડતો નથી. NSE અને BSE બંને સમાન રીતે સારા છે અને શેરોની ખરીદી અને વેચાણ માટે મજબૂત ટેકનોલોજી પ્લેટફોર્મ ઓફર કરે છે. સામાન્ય રીતે ક્યારેક એવુ બને છે કે NSE માં અમુક સ્ટોક લીસ્ટેડ નથી હોતા, તે તમને BSEમાં મળી રહે છે. અને NSE અને BSE વચ્ચે શેરોના ભાવ અને વોલ્યુમમાં નજીવો ફરક હોય છે. શક્ય હોય ત્યાં સુધી NSE ની પસંદગી કરો.

શેર બજાર ના સહભાગીઓ :-

(૧) છુટક રોકાણકાર (આપણે)

(૨) ઉચ્ચ નેટવર્થ રોકાણ (Hni) High net-worth individual

(૩) સંસ્થાકીય રોકાણકાર (Dii) Domestic Institutional Investor

(૪) વિદેશી રોકાણકાર (Fii) Foreign Institutional Investor

ટૂંકુ વેચાણ શું છે? ટૂંકા વેચાણ ત્યારે થાય છે જયારે રોકાણકાર કોઈ સિક્યોરિટી ઉછીની લે છે અને તેને ખુલ્લા બજારમાં વેચે છે. તેને પાછળથી ઓછા પૈસામાં ખરીદવાનું આયોજન કરે છે.

ઉદાહરણ: તમે xyz કંપના શેરને જોઓ છો, અત્યારે તેની કિંમત ૧૫૫૦ રૂપિયા છે. અને તેનું રિઝલ્ટ આવવાનું છે. અને તમને લાગે છે કે આ વર્ષમાં કંપનીને કોઈ કારણોસર નુકશાન થયું છે. તો તેનો ભાવ ટુટે છે. તો તમે તેને ૧૫૫૦ એ વેચશો અને જયારે તેનો ભાવ ૧૫૨૦ થઈ જાય છે. ત્યારે તમે તેને ખરીદી લેશો, તો તમને 30 રૂપિયાનો ફાયદો થશે.

ફંડામેન્ટલ એનાલિસિઝ :-

ફંડામેનટલ એનાલિસિઝ તમારે જયારે કોઈપણ xyz કંપનીના શેરમાં લાંબા ગાળાનું રોકાણ કરવુ હોય ત્યારે તે કામ આવે છે. તેમાં તમે કંપનીના પાછલા રેકોર્ડ થી લઈ નાણાની લેવડ દેવડ, પ્રોફિટ-લોસ, કંપનીના ફયુચર પ્લાનીંગ જેવી દરેક બાબત જીણવટથી જૂઓ છો, તે અત્યારે ઘણી બધી વેબસાઈટ અને એપ આવી ગયેલા છે. સૌથી વધારે ઉપયોગ **Tickertape** વેબસાઈટનો ઉપયોગ થાય છે.

ટેકનીકલ એનાલિસિઝ :-

ટેક્નીકલ વિશ્લેષકો કંપનીના શેરની કિંમત માટે આગળ શું છે તે નિર્ધારીત કરવાના પ્રયાસ કરવા માટે તાજેતરની ટ્રેડિંગનું મૂલ્યાંકન કરે છે. સામાન્ય રીતે, ટેકનિકલ વિશ્લેષકો શેરના ભાવની અંતર્ગત મૂળભૂત બાબતો પર ઓછું ધ્યાન આપે છે.

ટેકનીકલ વિશ્લેષકો કંપનીના શેરના ભાવનું મૂલ્યાંકન કરવા માટે ચાર્ટ પર આધાર રાખે છે. ઉદાહરણ તરીકે, ટેકનિશિયન સ્ટોકની આગામી ચાલનું મૂલ્યાંકન કરતી વખતે સપોર્ટ લેવલ અને રજિસ્ટન્સ લેવલ શોધી શકે છે. સપોર્ટ લેવલ એ પ્રાઈઝ લેવલ છે, જેની પર સ્ટોકને સપોર્ટ મળી શેક છે અને જેનાથી નીચે ન આવી શકે તેનાથી વિપરીત પ્રતિકાર સ્તર એ એવી કિંમત છે, કે જેના પર સ્ટોક દબાણ શોધી શકે છે. અને જેનાથી ઉપર તે વધી શકતો નથી. તેને રજિસ્ટન્સ કહેવાય.

કઈ સમયમર્યાદાને ક્યારે જોવી?

૧. સ્વિંગ ટ્રેડ – (એકથી ત્રણ દિવસ સુધીના ટ્રેડ માટે) – ૧૫ મિનિટ + ૧ કલાકની સમયમર્યાદા...

૨. ૧૦ દિવસના ટ્રેડ માટે– એક કલાકની સમયમર્યાદા

૩. ૩ મહિના સુધીના રોકાણ કરવા માટે.

– એક દિવસ અને એક અઠવાડીયાની સમયમર્યાદા

૪. એક વર્ષના રોકાણ માટે – એક અઠવાડીયું અને એક મહિનાની સમયમર્યાદા

૫. ૩ વર્ષના રોકાણ માટે – માત્ર એક મહિનાની સમયમર્યાદા

સમયમર્યાદાના સવાલ જવાબ

૧. જો હું ઈન્ટ્રાડે ટ્રેડિંગ કરું, તો મારે કઈ સમયમર્યાદા જોવી જોઈ એ?

જવાબ– ૫ મિનિટ અને ૧૫ મિનિટ

૨. મારે બે દિવસ માટે વેપાર કરવો હોય તો?

જવાબ– ૧૫ મિનિટ અને ૩૦ મિનિટ

૩. એક અઠવાડીયાના વેપાર માટે?

જવાબ – ૩૦ મિનિટ અને ૧ કલાક

૪. એક મહિનાના વેપાર માટે?

જવાબ– ૧ કલાક ૧ દિવસ ૧ અઠવાડીયું

. ૭ મહિનાના વેપાર માટે

જવાબ – ૧ દિવસ અને ૧ અઠવાડીયું

૬. એક વર્ષથી વધારે રોકાણ કરવા માટે?

જવાબ – ૧ અઠવાડીયું અને ૧ મહિનો

માર્કેટના ત્રણ પ્રકારો

૧. બુલિશ માર્કેટ:

બુલિશ માર્કેટ કોને કહેવાય?

જયારે ઈન્ડેક્ષની કિંમત વધી રહી હોય, તેને બુલિશ માર્કેટ કહે છે.

૨. બેરિશ માર્કેટ:

–બેરિશ માર્કેટ કોને કહેવાય?

બેરિશ માર્કેટ જયારે ઈન્ડેક્ષની કિંમત ઘટી રહી હોય તેને કહેવાય.

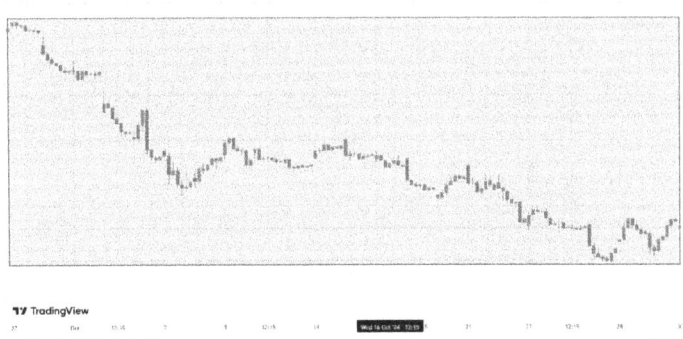

૩. સાઈડવેઝ માર્કેટઃ

– સાઈડવેઝ માર્કેટ કોને કહેવાય?

જ્યારે ઈન્ડેક્ષ અમુક ભાવોની વચ્ચે ચાલ્યા કરે છે અને તે વારંવાર કરે છે, તેને સાઈડવેઝ માર્કેટ કહેવાય છે.

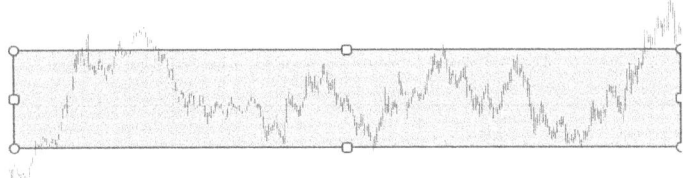

ટ્રેડિંગના ત્રણ પ્રકારો

૧. ઈન્ટ્રાડે ટ્રેડિંગઃ– ઈન્ટ્રાડે ટ્રેડિંગ સવારે ૯.૧૫ થી ૩.૨૫ સુધી કરવામાં આવે છે.

સામાન્ય રીતે તમે કોઈ પણ XYZ કંપનીના શેર સવારે ૯.૧૫ વાગ્યે ખરીદો છો અને ૩.૨૫ પહેલા વેચી દો છો, તેને ઈન્ટ્રાડે ટ્રેડિંગ કહેવામાં આવે છે.

૨. સ્વિંગ ટ્રેડિંગઃ સ્વિંગ ટ્રેડિંગમાં તમે કોઈ પણ શેર ખરીદો છો અને તેને ૧ દિવસથી વધુ અને ૯૦ દિવસથી પહેલા વેચો છો, તેને સ્વિંગ ટ્રેડિંગ કહેવામાંઆવે છે.

૩. રોકાણઃ તમે કોઈપણ કંપનીના શેરને ૯૦ દિવસથી વધારે સમય માટે ખરીદો છો અને તેને ૧ વર્ષ, ૨ વર્ષ કે તેનાથી વધુ સમય માટે તમારી પાસે જાળવી રાખો છો, તેને લાંબાગાળાનું રોકાણ કહેવાય.

ઈન્ડિકેટર

આ ઈન્ડિકેટરનો ઉપયોગ તમે BANK NIFTY, સ્ટોક, કરન્સી, વગેરેમાં કરી શકો છો. તેનો ઉપયોગ ૧ દિવસના વેપાર, ૧ અઠવાડીયાના વેપાર, ૧ મહિનાના વેપાર, ૬ મહિનાના વેપાર કે ૧૦ વર્ષના રોકાણ માટે પણ કરી શકો છો. આ ઈન્ડિકેટરનું પરીણામ ૮૦% ઉપર છે. જો તમે પ્રોપર પૈસાના મેનેજમેન્ટ સાથે કામ કરો છો, તો તમારે બીજા કોઈપણ ઈન્ડિકેટરની જરૂર નથી રહેતી. આ ઈન્ડિકેટર દ્વારા તમે ઈન્ડેક્સ ઓપ્શનમાં પણ ટ્રેડિંગ કરી શકો છો. પરંતુ યાદ રાખો કે ટ્રેડિંગ કરતી વખતે સૌથી વધારે તમારે સાયકોલોજીની જરૂર પડે છે. તમારું મની મેનેજમેન્ટ પ્રોપર હોવું જરૂરી છે, તો જ તમે સફળ થશો. બાકી દુનિયાનું કોઈ પણ ઈન્ડિકેટર કે કોઈ પણ ગુરૂ તમને સફળ નહીં બનાવી શકે. તેથી, તેના પર ખાસ ધ્યાન આપવું અને પહેલા ૩ મહિના ૧૦ શેરથી પ્રેકિટશ કરવી અને આ ઈન્ડિકેટરને સારી રીતે સમજવું ખૂબ જ જરૂરી છે. પહેલા ૩ મહિના ૧૦,૦૦૦ વધારે એકસાથે તમે ક્યારેય રોકાણ નહીં કરો.

ઈન્ડિકેટરનું નામ

TREND TRADER KARAN FREE

(આ ઈન્ડિકેટરના સેટીંગમાં આપણે કોઈપણ ફેરફાર કરવાના નથી.)

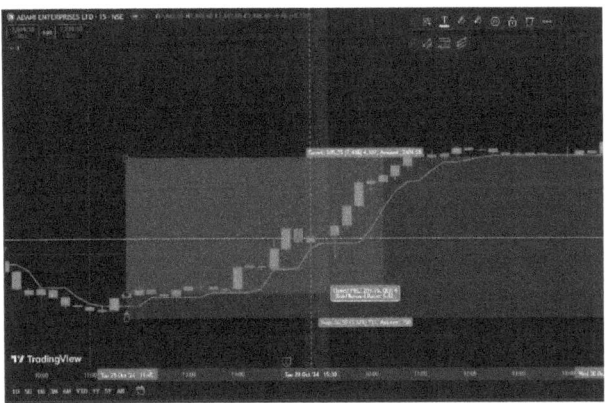

આ ઈન્ડિકેટર દ્વારા કોઈપણ ઈન્ડેક્સ કે શેરમાં નીચે જયારે બ્લુ કલરનો એરો તમને ખરીદીનું નિશાન આપે છે અને તે કેન્ડલ બંધ થઈ જાય અને એ એરો સ્થિર થઈ જાય, ત્યારે તમે બીજી કેન્ડલ ઉપર તે શેરની ખરીદી કરી શકો છો. નીચે હું તમને અમુક ઉદાહરણો આપુ છું:

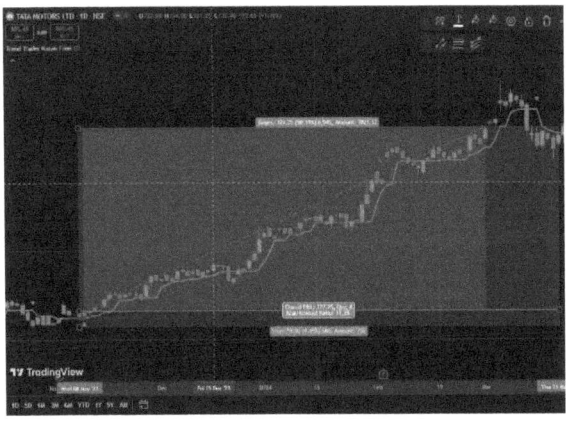

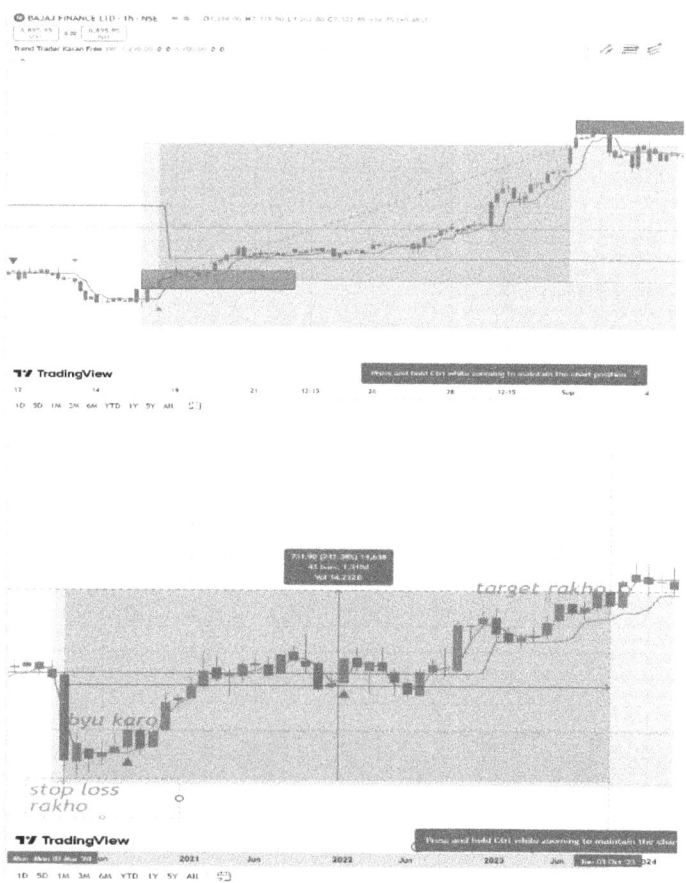

આ ઈન્ડિકેટરનો ઉપયોગ તમે ઈન્ટ્રાડે, સ્વિંગ ટ્રેડિંગ અથવા લાંબાગાળાના રોકાણ માટે પણ કરી શકો છો. તેના માટે તમારે માત્ર ચાર્ટની ટાઈમફ્રેમ જ બદલવાની જરૂર રહેશે. ઈન્ડિકેટરમાં કોઈપણ બદલાવ કરવાની જરૂર નથી.

ભાવિ પેઢી માટે રોકાણ :-

રોકાણ વિશે આમ તો લખવા બેસીએ તો હજારો પાના પણ ખૂટે પણ જો હું હકીકતમાં તમારી ભાવિ પેઢીનું અને તમારૂ જીવન બદલવા માંગતો હોય,

તો હજૂ તેમા સાવ સહેલુ અને એકદમ નાના રોકાણથી મૂડી ઉભી કરવાનોં પ્લાન આપુ છું.

રોકાણ કરવાના પ્રકારોઃ-

સોનું/ચાંદી/દુકાન પ્લોટ/વેરહાઉસ (ગોડાઉન) ફ્રેન્ચાઈઝી વગેરે.

શેર/બોન્ડ / મ્યુચ્યુઅલ ફંડ / સ્ટાર્ટઅપ (શરૂઆતી પ્રયાસ) અનલિસ્ટે કંપની વગેરે.

રોકાણ એ એક મગજ ની રમત છે. તે બધા માટે અલગ-અલગ હોય છે. રોકાણમાં ત્રણ વસ્તુ છુપાયેલી હોય છે.

1. High Risk = High return વધુ જોખમ સાથે વધુ કમાવવાની તક

2. Medium Risk = High return મીડીયમ જોખમ સાથે મીડીયમ મેળવવાની તક

3. Co-Risk = Low return ઓછા જોખમ સાથે ઓછુ મેળવવાની તક

હું તમને એક ઉદાહરણ આપું છું કે, તમે તમારા બાળકને કઈ રીતે કરોડ પતિ બનાવી શકો છો.

* રોકાણ ક્યાં અને કેટલું કરવુ જોઈએ?

મે તમને કહ્યું તેમ, રોકાણ એ એક મગજની રમત છે. તે તમારા પર છે કે તમે કેટલું ગુમાવવાની તૈયારી સાથે કેટલું મેળવવા માંગો છો.

ક્યાં અને કેટલુ ?

ક્યાં અને કેટલું રોકાણ કરવું તે પહેલા, આપણે એ નક્કી કરીએ કે તમારે રોકાણ કેટલું કરવું જોઈએ તો તેનો જવાબ એ છે કે, તમારી આવકનો ૨૫% ટકા તમારે રોકાણ કરવું જોઈએ.

ક્યાં કરવું જોઈએ?

"જો તમે તમારા બાળકને 30 વર્ષની ઉમરે કરોડપતિ બનાવવા માંગો છો, તો હું તમને અહીં એક બ્લુ પ્રિન્ટ પ્લાન સાથે ઉદાહરણ આપું છું. તો તેના માટે આપણે ખાલી ત્રણ પ્રકારના મ્યુચ્યુલ ફંડમાં રોકાણ કરશું.

યાદ રાખો, આ એક માત્ર ઉદાહરણ છે.

ઉદાહરણ જોઈએ તે પહેલા હજૂ થોડુક વધારે જાણી લઈએ.

(૧) રોકાણ કેટલા સમય માટે કરવું જોઈએ?

જ. તમે જો તમારા બાળકને 30ની ઉમરે કરોડપતિ બનાવવા માંગો છો, તો તમારે તે બાળકનું પ્લાનીંગ કરો તે દિવસથી જ રોકાણ ચાલુ કરી દેવું જોઈએ.

(૨) શું તો તે બાળક 30 વર્ષનો થાય ત્યાં સુધી રોકાણ કરવું જોઈએ?

જ. તે તમે રોકેલી રકમ પરથી નક્કી થાય છે, બાકી તો તમે તમારા બાળકને કેટલુ આપવા માંગો છો, તેના પર આધાર રાખે છે.

મારો જવાબ તો હા છે, હું તો કહું છું કે, તે પછી પણ રોકાણ ચાલુ રાખવું જોઈએ, શિક્ષણ અને રોકાણ ક્યારેય બંધ ન કરવા જોઈએ, તે આપણા જીવનના છેલ્લા દિવસ સુધી ચાલુ રાખવા જોઈએ. ચાલો, તો હું મારૂ વચન પુરૂ કરું અને તમારા બાળકને ૫000 થી ૧00 કરોડ સુધી લઈ જાઉં.

(3) આપણી રોકાણ કરવાની રકમ ૫૦૦૦ ફીક્સ છે, તેમાં તમે તમારા રીતે કોઈપણ ફેરફાર કરી શકો છો.

આ માત્ર ઉદાહરણ માટે છે.

આપણે અહીં ત્રણ પ્રકારના મ્યુચ્યુલ ફંડ લીધા છે. જરૂરી નથી તમે તે જ પસંદ કરો, આ તો માત્ર ઉદાહરણ માટે છે. આપણા દેશમાં લગભગ ૨૫૦૦ જેટલા મ્યુચ્યુલ ફંડ ઉપલબ્ધ છે જેમાંથી તમે કોઈપણ ત્રણ કે તેથી વધુની પસંદગી કરી શકો છો.

Large Cap = 15%

Mid Cap = 20%

Small Cap = 25%

આમાં આપણે જે રીટર્નની ટકાવારી લીધી છે. તે એવરેજ લીધેલી છે. ઘણા બધા મ્યુચ્યુલ ફંડમાં તેનાથી પણ વધારે રિટર્ન મળેલું છે.

Large Cap, Mid Cap અને Small Cap કોને કહેવાય?

Large Cap = ૨૦,૦૦૦ કરોડ ઉપરની વેલ્યુ ધરાવતી કંપનીને કહેવાય

Mid Cap = ૫૦૦૦ થી ૨૦૦૦૦ કરોડની અંદરની વેલ્યુ ધરાવતી કંપનીને કહેવાય

Small Cap = ૫૦૦૦ કરોડથી અંદરની વેલ્યુ ધરાવતી કંપનીને કહેવાય

આપણે અહીંયા ૫૦૦૦ માંથી ત્રણ અલગ અલગ મ્યુચ્યુઅલ ફંડમાં રોકાણ કરશું.

(૧) ઓછા જોખમ સાથે ઓછુ મેળવવાની તક

Large Cap = ૨૦,૦૦૦ કરોડ ઉપરની વેલ્યુ ધરાવતી કંપનીને

ટકાવારી = ૧૫%

રકમ = ૫૦૦ દર મહિને

રોકાણ સમય = ૩૧ વર્ષ સુધી

રોકાણ કરેલી રકમ = ૧,૮૬,૦૦૦

પરત મળતી રકમ = ૪૦,૭૪,૮૫૧/- રૂપિયા ૩૧માં વર્ષ

(૨) મીડિયમ જોખમ સાથે મીડિયમ મેળવવાની તક

Mid Cap = ૫૦૦૦ થી ૨૦૦૦૦ની અંદરની વેલ્યુ ધરાવતી કંપની

ટકાવારી = ૨૦%

રકમ = ૭૫૦ દર મહિને

રોકાણ સમય = ૩૨ વર્ષ સુધી

રોકાણ કરેલી રકમ = ૨,૮૮,૦૦૦

પરત મળતી રકમ = ૨,૬૦,૭૩,૯૧૫/- રૂપિયા ૩૨માં વર્ષ

Small Cap = ૫૦૦૦ કરોડથી અંદરની વેલ્યુ ધરાવતી કંપની

ટકાવારી = ૨૫%

રકમ = ૩૭૫૦ દર મહિને

રોકાણ સમય = ૩૫ વર્ષ સુધી

રોકાણ કરેલી રકમ = ૧૫,૭૫,૦૦૦

પરત મળતી રકમ = ૧,૦૫,૯૭,૦૭,૩૯૧/- રૂપિયા ૩૫માં વર્ષ આ રહીયા તમારા બાળકના ૧૦૦ કરોડ

પણ એટલો સમય કોની પાસે છે, ૩૫ વર્ષ એ એક ખૂબ વધારે સમય કહેવાય. વાત તો તમારી સાચી છે, સમય તો વધારે છે.

પણ કેરીના ઝાડને રોપયા વગર કેરીના ફળ આવે તેવી આશામાં જીવવા કરતાં તેનું રોપાણ કરી તેની માવજત કરીને, કેરીના ફળ આવવાની રાહ જોયે તો તેમાં વધુ સમજદારી છે.

એટલુ રિટર્ન ન મળે તો?

તો, ચાલો હું તમને માત્ર ૧૪% જ રીટર્ન મળે તો પણ તે રકમ કેટલી થાય છે તેની ગણતરી કરીને સમજાવીશ.

(૧) Large Cap

ટકાવારી = ૧૪%

રકમ = ૫૦૦ દર મહિને

રોકાણ સમય = ૩૧ વર્ષ સુધી

રોકાણ કરેલી રકમ = ૧,૮૮,૦૦૦/-

પરત મળતી રકમ = ૩૧,૯૯,૯૫૪/- રૂપિયા ૩૧માં વર્ષ

(2) Mid Cap

ટકાવારી = ૧૪%

રકમ = ૭૫૦ દર મહિને

રોકાણ સમય = ૩૨ વર્ષ સુધી

રોકાણ કરેલી રકમ = ૨,૮૮,૦૦૦/-

પરત મળતી રકમ = ૫૫,૨૬,૪૭૫/- રૂપિયા ૩૨માં વર્ષ

(3) Small Cap

ટકાવારી = ૧૪%

રકમ = ૩૭૫૦ દર મહિને

રોકાણ સમય = ૩૫ વર્ષ સુધી

રોકાણ કરેલી રકમ = ૧૫,૭૫,૦૦૦

પરત મળતી રકમ = ૪,૨૧,૨૧,૮૨૨/- રૂપિયા ૩૫માં વર્ષ

લો, હવે તો વાવી દો તમારા બાળક માટે આંબાની જાળ માત્ર દર મહિને ૫૦૦૦ થી તમે ૫.૦૦ કરોડ મેળવી શકો છો આ કોઈ જાદુઈ આંકડા નથી, તમે ગુગલ કરશો અને પાછલા ૫ કે ૧૦ વર્ષના રીટર્ન જોશો તો તમને ખ્યાલ આવશે આપણા દેશના ઇન્ડેક્સ દર વર્ષ લગભગ ૧૨% વધે છે. તમે અહીં થોડી સમજદારી વાપરશો તો તમે ૧૨%, ૧૫% ૨૦%, ૨૫% કે તેથી વધુ રિટર્ન મેળવી શકો છો.

કોઈપણ નિર્ણય તમે એક પલમાં લઈ શકો છો, તેનો પ્રભાવ ઘણાં લાંબા સમય સુધી રહે છે.

પૈસાની બાબતમાં પણ તેવું જ છે, તમારો એક રૂપિયાનો સિક્કો તમને હજારો સિક્કા ઉત્પન્ન કરીને આપી શકે છે, જો તમે તેને સાચી જગ્યાએ વાવેલ હોય તો.

તમારી સ્થિતિ કંઈ પણ હોય, તમે તેમાં નાના નાના સુધારા દ્વારા ઘણા ફેરફાર કરી શકો છો, તેમજ તમારી ભાવી પેઢીનું ભવિષ્ય પણ તમે એક નાના રોકાણથી બદલી શકો છો.

GOLD વિશે શું ?

GOLD IS GOLD તે તો તમારી પાસે હોવું જ જોઈએ. હું તમને અહીં વ્યક્તિગત સલાહ આપું છું કે, તમારા ઘરનો જે ખર્ચ છે, ખર્ચ જે પણ હોય તેને ટોટલ ગુણ્યા ૨૪ કરો.

ઉદાહરણ તરીકે, ૫૦૦૦૦ × ૨૪ = ૧૨,૦૦,૦૦૦/- આ એ જવાબ છે કે તમારી પાસે ઓછામાં ઓછું એટલું GOLD હોવુ જોઈએ, અને એ પણ ઘરમાં જ હોવુ જોઈએ, બેંકમાં નહીં કોઈ સરકાર નહીં, તમારા હાથ નીચે જ રાખો. બાકી તમે સમજદાર છો, સમજદારને ઇશારો કાફી છે.

SILVER વિશે શું ?

GOLD પછી રોકાણ માટે કોઈ એક સારૂ ધાતુ હોય, તો તે ચાંદી છે. અને જે લોકો ગોલ્ડની ખરીદી ન કરી શકતા હોય તેમના માટે ચાંદી ખૂબ જ સારો વિકલ્પ છે.

PROPERTY વિશે શું ?

આ એક સારૂં અને સ્થાઈ રોકાણ છે, પણ તમે કોઈપણ પ્રોપર્ટી ખરીદો તો તમારા હીસાબે શો, પણ આ માર્કેટમાં વેચવા સમયે તમારે બીજા પર આધાર રાખવો પડે છે. એટલે જો તમે પ્રોપર્ટીમાં રોકાણ કરવા માંગતા હો, તો પહેલા તમે તે નકકી કરી લ્યો કે તમારે કોઈપણ સંજોગોમાં આ પૈસાની જરૂર નહી

પડે, યાદ રાખો કે હમેંશા કોમર્શીયલ પ્રોપર્ટીમાં રોકાણ કરો, ઘર જવાબદારી છે, મિલ્કત નથી.

SHARE & STOCK વિશે શું?

લાંબા ગાળા માટે શેર એક ખૂબ જ સારૂં રોકાણ છે. તેમાં રોકાણ કરીને તમે આઝાદ રહો છો, કારણ કે તમારા પૈસા તમારા જ હાથમાં હોય છે. તમે જયારે ઇચ્છો ત્યારે તે પૈસા તમારા એકાઉન્ટમાં મેળવી શકો છો. હા, તેમાં થોડુ રીસ્ક છે, પણ તમે લાંબા ગાળાનું રોકાણ કરો છો તો તે તેટલું નથી રહેતુ.

Mutual Fund વિશે શું ?

મ્યુઅલ ફંડ એક ખૂબ સારૂં પ્લેટફોર્મ છે. તમને કદાચ શેર બજારમાં વધુ ખબર ન પડતી હોય, તો પણ તમારા માટે ભારતમાં ૪૪ સંસ્થાઓ છે, જેમની પાસે ૨૫૦૦ જેટલા મ્યુઅલ ફંડ છે. તેમાંથી તમે તમારી મનપસંદ મ્યુચ્યુઅલ ફંડમાં રોકાણ કરી શકો છો. તે સંસ્થાઓ તમારી પાસેથી ૧.૫% થી લઈ ૨.૫% સુધી ચાર્જ લે છે, પણ લાંબા ગાળે મ્યુચ્યુઅલ ફંડ ખૂબજ ફાયદાકારક નીવડે છે.

મ્યુચ્યુઅલ ફંડમાં રોકાણ ક્યારે કરવું જોઈએ?

મ્યુચ્યુઅલ ફંડમાં રોકાણ: જયારે પણ માર્કેટ અથવા તો શેર બજાર થોડી નીચે હોય ત્યારે તે તમારા માટે એક તક છે, મ્યુચ્યુઅલ ફંડમાં ૧ થી ૫ તારીખની અંદર રોકાણ ન કરવું જોઈએ, કારણ કે મોટા ભાગના લોકોને તે સમયે પગાર આવે છે અને તે મ્યુચ્યુઅલ ફંડમાં રોકાણ કરે છે. આજે, જયારે હું આ બુક લખી રહ્યો છું, ત્યારે આપણા દેશમાં દર મહિને મ્યુચ્યુઅલ ફંડની અંદર ૨૦,૦૦૦ કરોડ કરતા પણ વધારે રોકાણ આવે છે. એટલે મ્યુચ્યુઅલ ફંડના ૧ થી ૫ તારીખની અંદર થોડા ભાવ વધુ દેખાશે તેથી ૫ તારીખ પછી રોકાણ કરવાનું પસંદ કરો.

૧૫%, ૨૦% અને ૨૫% રિટર્ન આપતા મ્યુચ્યુઅલ ફંડ અમારે ક્યાંથી શોધવા? આજના સમયમાં આ સાવ સરળ છે. માત્ર ગુગલ પર જાઓ અને સર્ચ કરો સૌથી વધુ રીટર્ન આપતા મ્યુચ્યુઅલ ફંડ ત્યાં તમને બધી માહિતી મળી જશે.

ઘણીવાર વાસ્તવિક જગતમાં ચાલાક નહીં પણ હિંમતવાળો પ્રગતિ કરે છે.

એટલે જ હું કહું છું કે, તમે આજે જ હિંમત કરો, સાહસ કરો, અને રોકાણ કરવાનું ચાલુ કરી દો. એવું કાંઈ જરૂરી નથી કે બધા ને બધી ખબર પડતી જ હોય, કે હોવી જોઈએ તમે ઘરેથી નીકળો રસ્તા પણ મળશે અને મંઝિલ પણ મળશે.

મને નિષ્ફળ જવાનો ડર લાગે છે!

ડર લાગવો એ સ્વાભાવિક છે, પણ મેં જેમ આગળ કીધુ એમ ઘણીવાર વાસ્તવિક જગતમાં ચાલાક નહીં હિંમતવાળો પ્રગતિ કરે છે. અને આમ પણ તમે દુનિયાના ટોપ ૧૦% લોકોના જીવનને જોવો, શું તે ક્યારેય તેમના જીવનમાં નિષ્ફળ નથી ગયા? હકીક્ત તો એ છે કે નિષ્ફળતા વગર સફળતા મળી નથી. ફોર્ડ મોટરના માલીક કેટલી બધી નિષ્ફળતાઓ પછી સફળ થયા. અબ્રાહમ લિંકન કેટલી ચૂંટણીઓ હાર્યા પછી તે જીત્યા, અને આજે પણ તેમનો ફોટો ત્યાં આગળ રાખવામાં આવ્યો છે. તે ફોટો તેની સુંદરતા નથી દર્શાવતો, પણ તેમની હિંમત, સાહસ વૃતિ અને હકારાત્મકતા દર્શાવે છે.

* શું શેર બજાર અને મ્યુચ્યુઅલ ફંડ જોખમી નથી!

તમે સાચા છો, જોખમી તો છે, પણ હકીકત એ છે કે જીવન પણ જોખમી જ છે. તમે સવારે ઓફીસ માટે નીકળો છો તો તેમાં શું ગેરન્ટી હોય છે કે તમે સાંજે ઘરે પરત ફરશો? માણસના જીવનમાં જોખમ તો હોય જ છે. તમારી પાસે શું એવું છે તેની યાદી બનાવો કે તેમાં કશું જોખમ છુપાયેલ નથી? મને નથી લાગતુ તમે અહીં કશું યાદી બનાવી શકો.

રોકાણમાં જોખમ બંને બાજુએ છે જો તમે તમારી ગુમાવવાની ક્ષમતા કરતા વધારે રોકાણ કરો, તો પણ જોખમ છે. અને જોખમ જોઈને તમે રોકાણ જ ન કરો, તો પણ જોખમ છે.

તમારી ૨૫૦૦૦ હજારની આવક છે, ૧૫૦૦૦ નો ખર્ચ છે. તેમાંથી તમે ૩થી ૫ હજારનું મ્યુચ્યુઅલ ફંડ માં રોકાણ કરશો, તો તે જોખમી નથી.

• અમીર બનવાની સાત આદતો :-

(૧) તમારી આવકમાં વધારો કરો.

(૨) તમારા ખર્ચ પર નિયંત્રણ રાખો.

(૩) તમારા પૈસા વધારતા શીખો.

(૪) તમારા પૈસાને નુકશાનથી બચાવો.

(૫) જયાં પણ અવસર મળે, આવક ઉભી કરો.

(૬) ભવિષ્ય માટે પ્લાનીંગ અને રોકાણ કરવાની આદત કેળવો.

(૭) આ બધી બાબતો માટે રોજ કંઈ શિખતા રહો તેમાં સુધારા કરતા રહો.

જે લોકો થોડી સમજદારી સાથે કામ કરે છે, તેમની સાથે કિસ્મત પણ ખંભે ખંભો મિલાવી ચાલે છે.

ઘણી વાર આર્થિક મુશ્કેલીનું કારણ એ હોય છે કે લોકો આખી જિંદગી બીજા કોઈ માટે કામ કરે છે.

> આ એક વાસ્તવિક્તા છે કે અહીં બધા મહાન નથી બની શકતા, પણ તમે આજે જયાં છો તેનાથી શ્રેષ્ઠ જરૂર બની શકો છો.

> આવનારા દશકા પછી પણ જો તમે તમારા બાળકનું ભવિષ્ય નોકરીમાં જોઈ રહ્યા હોય, તો ત્યાં ૬0% થી વધુ ચાન્સ છે કે તમે ખોટા પડો.

તેનું કારણ સાવ સાદુ છે: આવનારા એક દશકા પછી રોબોટ અને મશીનરી (ટેક્નોલોજી) 50% થી વધુ નોકરીઓ ખાઈ જશે.

એટલે તમારા બાળકના ભવિષ્યને માત્ર નોકરી પર નિર્ભર ન રાખો તેના માટે આજથી જ નાના-મોટા રોકાણ કરવાનું ચાલુ કરી દો.

જીવનમાં માણસને સમય સાથે જ ચાલવુ પડે છે, પણ પૈસાની બાબતમાં તમારે સમય પેલા ચાલવુ પડશે.

VVITO નો પરીચય

VVITO એ માત્ર બુકનું નામ નથી, VVITO બ્રાન્ડનું નામ છે. આ બ્રાન્ડની બુક એ શરૂઆત છે. VVITO બ્રાન્ડ દ્વારા હું મારા ગુજરાત અને દેશને TATA જેવી બીજી એક મોટી બ્રાન્ડ આપવા જઈ રહ્યો છું. VVITO બ્રાન્ડ આવનારા ભવિષ્યમાં ઘણાં બધાં અલગ અલગ બિઝનેશમાં પ્રવેશ કરશે અને તેના કોઈ પણ બિઝનેસ હોય, તેના પ્રોફીટમાંથી ૭૫% દેશ, સમાજ અને પશુ–પક્ષીઓના કલ્યાણ માટે વાપરવામાં આવશે. આ બુકમાં મારો ધ્યેય આ બુકની એક કરોડ કોપીઓ વેચવાનો છે, અને તેના દ્વાર ૧૦૦ કરોડના ખર્ચે એક ગૌશાળા અને ગાયો માટે તમામ સુવિધાઓથી સુસજ્જ હોસ્પિટલ બનાવવાનો છે. તમે આમાં સહભાગી બન્યા તે માટે હું તમારો આભાર વ્યક્ત કરું છું અને આ સત્કાર્યમાં સંપૂર્ણ શ્રેય તમારો છે. તો ચાલો, સૌ સાથે મળીને ગુજરાતને સુંદર, શિક્ષિત, સફળ અને સુરક્ષિત બનાવીએ. હું આશા રાખુ છું કે તમે બધાં મારો સાથ આપશો અને આપણે સૌ મળીને ગુજરાતને દુનિયાનું સૌથી સુંદર, સુખી અને સુવિધાઓથી સંપન્ન રાજય બનાવીએ. તો ચાલો, સૌ એક દીશામાં પહેલ કરીએ.

જય હિન્દ

જય ભારત